CW00684886

சர்வம் ஸ்டாலின் மயம

ஆசிரியரின் பிற நூல்கள்

ஹிட்லர்

உலகை மாற்றிய புரட்சியாளர்கள்

குஜராத் இந்துத்துவம் மோடி

சே குவேரா புரட்சியாளர் ஆனது எப்படி?

இந்தியப் பிரிவினை: உதிரத்தால் ஒரு கோடு

முதல் உலகப் போர்

இரண்டாம் உலகப் போர்

நெல்சன் மண்டேலா

மால்கம் எக்ஸ்

விடுதலைப் புலிகள்

போபால்: அழிவின் அரசியல்

ஹோ ஜிண்டாவ்

மாவோ: என் பின்னால் வா!

முதல் காம்ரேட் (லெனின் வாழ்க்கை)

சர்வம் ஸ்டாலின் மயம்

ஃபிடல் காஸ்ட்ரோ: சிம்ம சொப்பனம்

சே குவேரா: வேண்டும் விடுதலை!

ஹியூகோ சாவேஸ்: மோதிப் பார்!

சுபாஷ்: மர்மங்களின் பரமபிதா

திப்பு சுல்தான்: முதல் 'விடுதலை'ப் புலி

முகமது யூனுஸ்

திபெத்: அசுரப் பிடியில் அழகுக் கொடி

சர்வம் ஸ்டாலின் மயம்

மருதன்

கிழக்கு

சர்வம் ஸ்டாலின் மயம்
Sarvam Stalin Mayam
by *Marudhan* ©

First Edition: December 2006
128 Pages
Printed in India.

ISBN: 978-81-8368-250-3
Title No. Kizhakku 191

Kizhakku Pathippagam
177/103, First Floor,
Ambal's Building, Lloyds Road,
Royapettah, Chennai 600 014.
Ph: +91-44-4200-9603
Email : support@nhm.in
Website : www.nhm.in

Author's Email: marudhan@gmail.com

Printed in India by Repro Knowledgecast Limited, Thane

Kizhakku Pathippagam is an imprint of New Horizon Media Private Limited

அன்புடன்

சகோதரன் சத்யநாராயணனுக்கு.

உள்ளே

முன்னுரை

கிட்டத்தட்ட கண்காணாத காட்டில், ஒரு பொந்தில் இருக்கிறது அந்த வீடு. மிகவும் பழைய வீடு அது. சுற்றிலும் செடிகள், மரங்கள், புதர்கள். உள்ளே கொலையே நடந்தாலும் வெளியில் தெரியாது.

ஆகவே, அங்கு கொலை நடந்தது.

கொல்லப்பட்டவர், லியோன் ட்ராட்ஸ்கி (Leon Trotsky). சோவியத் ரஷ்யா என்றதும் நினைவுக்கு வரும் ஒரு சில பெயர்களில் இவருடையதும் ஒன்று. லெனினுடன் நெருங்கிப் பழகியவர். பெரிய சிந்தனையாளர். சோவியத் எல்லையைத் தாண்டி விட்டால், அவருக்கு ரசிகர் பட்டாளம் எக்கச்சக்கம். கவனிக்கவும், சோவியத் எல்லையத் தாண்டினால்தான்.

ஸ்டாலினை யாருக்கெல்லாம் பிடிக்காதோ அவர்களுக்கு எல்லாம் ட்ராட்ஸ்கியைப் பிடிக்கும். ஸ்டாலினை யார் யாரெல்லாம் கொண்டாடு கிறார்களோ அவர்களுக்கெல்லாம் ட்ராட்ஸ்கி ஒரு சாத்தான்.

ட்ராட்ஸ்கிக்கும் இது தெரியும். அதனால்தான் நாடு நாடாக, ஊர் ஊராகச் சுற்றியலைந்து கொண்டிருந்தார் அவர். எந்த இடத்திலும் நிலையாகக் கூடாரம் அமைப்பதில்லை. கடைசியில் அவர் தஞ்சம் புகுந்தது, மெக்ஸிகோவின் தலைநகரமான கோயகோனில் (Coyoacon).

ஆகஸ்ட் 20, 1940. மதிய நேரம்.

மெக்ஸிகோவில் வசித்துவந்த ட்ராட்ஸ்கியின் வீட்டுக் கதவு தட்டப் பட்டது. ஒரு கணம் அதிர்ந்து போனார் ட்ராட்ஸ்கி. அவர் வாசித்துக் கொண்டிருந்த புத்தகம், அவர் அறியாமலேயே கீழே நழுவி விழுந்தது.

இன்று யாரோ?

பக்கத்து மரக்கிளையிலிருந்து ஓர் இலை அசைந்தால் கூட, உயிர் போய் உயிர் வரும் ட்ராட்ஸ்கிக்கு.

எப்போதும் தன்னை யாரோ பின்தொடர்வதாக அவர் நினைத்துக் கொள்வார். யாரோ என்ன யாரோ. எல்லாம் ஸ்டாலின் அனுப்பி வைக்கும் உளவாளிகள்தாம்.

ட்ராட்ஸ்கியின் உதடுகள் மெலிதாக முணுமுணுத்தன. எப்படியும் ஸ்டாலின் என்னை விட்டு வைக்க மாட்டார். இன்று இல்லாவிட்டால் நாளை. நாளை இல்லாவிட்டால் நாளை மறுநாள். அந்தக் கணம் எப்போது என்று திட்டவட்டமாகத் தெரியாததால்தான் எதற் கெடுத்தாலும் பயம். யாரைப் பார்த்தாலும் சந்தேகம்.

மீண்டும் கதவு தட்டப்படும் ஓசை.

யோசனைகளை கலைத்துவிட்டு, இருக்கையிலிருந்து எழுந்தார் ட்ராட்ஸ்கி. நடுங்கிக் கொண்டே கதவைத் திறந்தார். வெளியே ஓர் ஆள். அவன் கையில் ஒரு புத்தகம். ட்ராட்ஸ்கியைப் பார்த்ததும் மெலிதாகப் புன்னகைத்தான். ட்ராட்ஸ்கி பதிலுக்கு புன்னகைத்தார்.

'ஓ, நீயா?'

'ட்ராட்ஸ்கி, உங்களிடம் கொஞ்சம் பேச வேண்டும்.'

'உள்ளே வா.'

அறைக்குள் நுழைந்த அவன் சுற்றும் முற்றும் பார்த்துவிட்டு, அருகிலிருந்த நாற்காலியில் அமர்ந்து கொண்டான்.

'நான் கையோடு ஒரு கட்டுரையைக் கொண்டு வந்திருக்கிறேன். நீங்கள் நிச்சயம் இதை வாசிக்க வேண்டும். அப்படியே, திருத்தங்கள் செய்து கொடுத்தால் மிகவும் உபயோகமாக இருக்கும். மிகவும் முக்கிய கட்டுரை. அதனால்தான் உங்களைத் தேடி வந்திருக்கிறேன்.'

'அதற்கென்ன? கொடு பார்ப்போம்.'

ட்ராட்ஸ்கி அந்தக் கட்டுரையை வாங்கி, வேக வேகமாக வாசிக்க ஆரம்பித்தார். அவன் எழுந்து நின்றான். தனது மேல் கோட்டை கழற்றி டேபிளின் மீது வைத்தான். ஒரு முறை தனது பாக்கெட்டைத் தொட்டுப் பார்த்துக் கொண்டான்.

ட்ராட்ஸ்கி இவனைக் கவனிப்பதாக இல்லை. ஊன்றி வாசித்துக் கொண்டிருந்தார்.

ஒரு நிமிடம் அவன் அமைதியாக நின்றான். பிறகு, சரேலென்று தனது பாக்கெட்டில் கையை நுழைத்து அந்த ஐஸ் கத்தியை எடுத்தான். பனி மலையில் ஏறுபவர்கள் பயன்படுத்தும் வலிமையான, கூரான கத்தி அது.

ஒரு கணம். ஒரே ஒரு கணம்தான். ட்ராட்ஸ்கி தலையை நிமிர்த்து வதற்குள் அவருடைய தலையில் அந்தக் கத்தி செருகப்பட்டது.

அந்தப் பிரதேசமே கிடுகிடுக்கும்படி ஓலமிட்டார் ட்ராட்ஸ்கி.

வாசலில் இருந்த அவருடைய பாதுகாவலர்கள் உள்ளே ஓடி வந்தனர். ட்ராட்ஸ்கியின் மண்டையிலிருந்து ரத்தம் ஆறாக வழிந்து கொண்டிருந்தது. வாய் விட்டு அலறிக் கொண்டிருந்தார் அவர்.

கத்தியால் குத்தியவன் திடுக்கிட்டு வெளியே ஓட, பாதுகாவலர்கள் அவனைப் பாய்ந்து பிடித்தனர். மாறி மாறி அவனை அடிக்க ஆரம்பித்தனர். கீழே தள்ளி மிதித்தனர்.

'ஐயோ, நிறுத்துங்கள். அவனை ஒன்றும் செய்யாதீர்கள்.'

மரணத்தின் வாயிலில் நின்று கொண்டிருந்த அந்தக் கணத்திலும் ட்ராட்ஸ்கி தெளிவாக அலறினார்.

'அவனைக் கொன்று விடாதீர்கள். சொல்வதற்கு அவனிடம் ஒரு கதை இருக்கிறது.'

மறுநாள், ட்ராட்ஸ்கி சத்தமில்லாமல் இறந்து போனார்.

அவன் பெயர் ரமோன் மெர்காடெர் (Ramon Mercader). சோவியத்தின் உளவு அமைப்பில் பணியாற்றுபவன். அவனுடைய ரகசிய குறியீட்டுப் பெயர் ஜிநோம் (Gnome).

அதிகாரிகள் ஒரு நாள் அவனை அழைத்தார்கள். இந்தா. இந்தப் புகைப்படத்தில் இருப்பவர்தான் மெக்ஸிகோவில் ஒளிந்து கொண்டி ருக்கிறார். விலாசம் இதோ. போ. முடித்துவிட்டு வா.

போலி பாஸ்போர்ட்டை தயார் செய்துகொண்டு மெக்ஸிகோ வந்து சேர்ந்தான் மெர்காடெர்.

ட்ராட்ஸ்கியின் வீட்டை ஆராய்ந்தான். நிறைய பாதுகாவலர்கள் இருந்தனர். யோசித்தான். எடுத்தோம் கவிழ்த்தோம் என்று செய்து முடிக்க வேண்டிய வேலை அல்ல அது. அதிரடி கூடாது. அமைதி. சிறிது தாமதமானாலும் பரவாயில்லை. முறைப்படி சத்தமில்லாமல் சாதிக்க வேண்டும்.

திட்டமிட்டு காய்களை நகர்த்தினான் மெர்காடெர். ட்ராட்ஸ்கியின் வீட்டுக்கு யார் யாரெல்லாம் வருகிறார்கள் என்று ஆராய்ந்தான்.

ஒரு பெண் அவ்வப்போது வந்து போவது தெரிந்தது. யார் அவள்? என்ன பெயர்? எங்கே இருக்கிறாள்? இங்கே அவளுக்கு என்ன

வேலை? ஆராய்ந்தான். விடைகள் கிடைத்தன. ட்ராட்ஸ்கியின் பிரத்தியேக காரியதரிசி அவள். அருகில்தான் வீடு. இன்னமும் மணமாகவில்லை.

முதலில் அந்தப் பெண்ணை தனது தோழியாக்கிக் கொண்டான். அவள் மூலமாக ட்ராட்ஸ்கியின் வீட்டுக்குள் நுழைந்தான். வரும்போதும் போகும்போதும் ட்ராட்ஸ்கியின் பாதுகாவலர்களுக்கு சலாம் போட்டு வைத்தான்.

கச்சிதமாகத் தீட்டப்பட்ட திட்டம்தான். ஆனாலும் சறுக்கிவிட்டது. கத்தியால் குத்தியவுடன் அவர் இறந்துவிடுவார் என்று அவன் எதிர்பார்த்தான். நடக்கவில்லை.

ட்ராட்ஸ்கியின் பாதுகாவலர்கள் அவனை மெக்ஸிகோ காவல் துறையிடம் பிடித்துக் கொடுத்தார்கள். அடித்துப் பார்த்தார்கள். உதைத்துப் பார்த்தார்கள். துவைத்துப் பார்த்தார்கள். வாயை மூடியது மூடியதுதான். ஒரு வார்த்தை பேசவில்லை மெர்காடெர். இருபது ஆண்டுகள் சிறை தண்டனை அளித்தார்கள்.

மெக்ஸிகோ சிறையிலிருந்து வெளியே வந்த மெர்காடெரை பத்திரமாகத் திரும்பப் பெற்றுக் கொண்டது ரஷ்யா.

மெர்காடெர் யாருக்காக ட்ராட்ஸ்கியைக் கொன்றான் என்று தெரிய வந்தது, சோவியத்தின் வீழ்ச்சிக்குப் பிறகுதான். ஆனால் ட்ராட்ஸ்கிய வாதிகளுக்கு அது முன்பே தெரியும்.

ஜோசப் ஸ்டாலின்!

●

ட்ராட்ஸ்கியை மட்டுமல்ல.

பல முக்கிய சோவியத் தலைவர்களை, அரசு அதிகாரிகளை, கட்சி உறுப்பினர்களை ஸ்டாலின் திட்டமிட்டு ஒழித்துக் கட்டியதாக, பல குற்றச்சாட்டுகள் சரித்திரத்தின் ஏடுகளில் பதிவாகியுள்ளன.

உலக சர்வாதிகாரிகள் வரிசையில், ஹிட்லருக்கு அடுத்தபடியாக ஸ்டாலின்தான் என்று மேலை நாடுகள் தொடர்ந்து எழுதியும் பேசியும் வருகின்றன. ஹிட்லரையும் ஸ்டாலினையும் அருகருகே நிற்க வைத்து வரிக்கு வரி ஒப்பீடு செய்து எழுதப்பட்ட 'ஆய்வு' புத்தகங்கள் பற்பல. ஹிட்லரே பரவாயில்லை என்று ஆணித்தரமாகத் தீர்ப்பளிக்கும் வரலாற்று ஆசிரியர்களும் இருக்கிறார்கள்.

இது உண்மை தானா? ஸ்டாலினின் ஆளுமை எப்படிப்பட்டது?

சோவியத் ரஷ்யா என்னும் மாபெரும் தேசத்தைக் கட்டியமைத்த சிற்பி ஸ்டாலின். உலகின் முதல் சோஷலிஸ சமுதாயத்தை வெற்றிகரமாக உருவாக்கிக் காட்டியவரும் அவரே.

ரஷ்ய வரலாற்றில் மட்டுமல்ல உலக வரலாற்றிலும் கூட, ஸ்டாலின் ஒரு தவிர்க்க முடியாத சக்தி. இரண்டாம் உலகப் போரின் நாயகன் அவர்.

ஸ்டாலினின் வாழ்க்கையையும் அவர் வாழ்ந்த காலக் கட்டத்தையும் முழுமையாக உள்வாங்கிக் கொண்டால் மட்டுமே ஸ்டாலினைப் பற்றிய ஓர் துல்லியமான மதிப்பீட்டை நம்மால் உருவாக்கிக் கொள்ள முடியும்.

1. தோல்வியடைந்த மத குரு!

'ஜோசப்பை ஒரு மத குருவாகத்தான் வளர்க்க வேண்டும்!'

'நான் அதற்கு அனுமதிக்க மாட்டேன்!'

'ஏன்?'

'நாம் கஷ்டப்படுவது போதாதா? நம்முடைய மகனாவது சுகமாக இருக்க வேண்டாமா?'

ஜோசப் பற்றிப் பேச ஆரம்பித்துவிட்டால், விசாரி யனுக்கும் அவர் மனைவி எகாதெரினாவுக்கும்* மோதல் தொடங்கிவிடும்.

விசாரியனுக்கு, ஜோசப்பும் தன்னைப் போலவே செருப்புத் தைக்கும் தொழில் செய்ய வேண்டு மென்று ஆசை. செருப்புத் தைப்பது, பெரிய வேலை இல்லைதான். ஆனால், சுயமாக உழைத்து, சொந்தக் காலில் தன்மானத்துடன் நிற்க முடியுமே!

இதே காரணத்துக்காகத்தான் ஜோசப்பை ஒரு பாதிரியாராக வளர்க்க விரும்பினார் எகாதெரினா. 'வீட்டில் மட்டுமா கஷ்டம்? ஒட்டுமொத்த ஜார்ஜி யாவும்தான் திண்டாடிக் கொண்டிருக்கிறது. பெரிதாக, என்ன செய்துவிட முடியும் நம்மால்? ஒன்றும் கிடையாது. ஒரே வழி, இறைவனிடம் சரணாகதி அடைவதுதான். இறை ஊழியம் செய்தால், குறைந்தது நிம்மதியாவது கிடைக்கும். நிம்மதி. அதுதானே முக்கியம்!'

---

* முழுப்பெயர் விசாரியனோவிச் துகாஷ்விலி (Vissarionovich Dzhugashvili) மற்றும் எகாதெரினா ஜார்ஜியெவ்னா (Ekaterina Georgievna).

தவிரவும், வேறொரு முக்கியக் காரணமும் உண்டு. ஜோசப்புக்கு முன்பே இரண்டு குழந்தைகள் பிறந்து இரண்டும் இறந்துவிட்டன. ஆகவே, இறைவன் அருளால் உயிர்த்திருக்கும் ஜோசப்பை, இறை பணிக்கு நேர்ந்து விடுவதுதான் உத்தமமான வேலை. இல்லையா?

விசாரியனுக்கு மத ரீதியான ஈடுபாடு எல்லாம் கிடையாது. பணம். பணம்தான் முக்கியம். இந்தப் பாழாய்ப் போன ஜார் ஆட்சியில், இறைவனைப் பற்றிச் சிந்திக்க நேரமா இருக்கிறது? பொழுது விடிந்து, பொழுது சாய்ந்தால், ஒன்றன் பின் ஒன்றாகப் பிரச்னைகள். தெரிந்த ஒரே தொழில், செருப்புத் தைப்பது. பகலெல்லாம் தெரு முனையில் கால்களை மடக்கி உட்கார்ந்தால், ஒன்றிரண்டு பூட்ஸ் மாட்டும். மாட்ட வேண்டும். இதுதான் வாழ்க்கை. இவ்வளவுதான் வாழ்க்கை.

ஜார்ஜியாவில் இவர்கள் தங்கியிருந்த இடத்தின் பெயர், கோரி (Gori). பெட்டிக் கடை மாதிரி வீடு. கதவு என்று பெயரளவில் நின்று கொண்டிருக்கும் அந்தச் சமாச்சாரத்தைத் தள்ளி உள்ளே நுழைந்தால் நேராக அடுப்படி. அங்கேயே சமையல். அங்கேயே தூக்கம். அங்கேயே சண்டைகள்.

சண்டைகள்? ஆம். சண்டைகளுக்கு எப்போதும் வீட்டில் பஞ்சம் இருக்காது. தைப்பதற்கு பூட்ஸ் கிடைக்காத ஏக்கத்தை, கோபத்தை வேறு எங்கு பதிவு செய்ய முடியும்? எகாதெரினாவின் கன்னங்களைத் தவிர?

பேச ஆரம்பித்தால், இரண்டு நிமிடங்கள்தான் நிதானமாக இருப்பார் விசாரியன். பிறகு அடி உதைதான். அருகில் யாராவது இருக்கிறார்களா, ஏதாவது நினைத்துக் கொள்வார்களே என்றெல்லாம் பார்க்க மாட்டார். விளாசித் தள்ளிவிடுவார். பெரிதாகக் காரணம் என்று எதுவும் தேவையில்லை. பல சமயங்களில் ஜோசப் அருகில் இருக்கும் போதே அவரது வாயும் கையும் நீண்டு விடும்.

சிறு வயதில், ஜோசப்பை அதிகம் பாதித்த சம்பவம் இது. எதற்காக அப்பா, அம்மாவைப் போட்டு இப்படி மிருகத்தனமாக அடிக்க வேண்டும்? அதற்கான உரிமையை அவருக்குக் கொடுத்தது யார்? அதிகாரம் யார் கையில் இருக்கிறதோ அவர்கள் வைப்பதுதான் சட்டமா?

அதிகாரம் என்றால் என்ன என்று தெரிந்து கொள்வதற்கு முன்பே, அதிகாரத்தை ஆழமாக வெறுக்கத் தொடங்கினான் ஜோசப்.

1888-ல் விசாரியன் திடீரென்று வீட்டை விட்டு வெளியேறிவிட்டார். அப்போது ஜோசப்புக்கு எட்டு வயது. அருகிலுள்ள கோரி தேவாலயப்

பள்ளியில் சேர்க்கப்பட்டான். ஓர் ஆண்டு கழிந்திருக்கும். திடீரென்று வீட்டுக் கதவைத் தட்டினார் விசாரியன். வந்ததும் வராததுமாக, தன் மகனை அழைத்தார்.

'சரி, வா நாம் போகலாம்.'

ஜோசப் திருதிருவென்று விழித்துக் கொண்டிருந்தபோது எகாதெரினா பாய்ந்து வந்தார்.

'எதற்காக அவனைக் கூப்பிடுகிறீர்கள்? இப்போதுதான் அவன் படிக்க ஆரம்பித்திருக்கிறான். அவனைப் பற்றி நீங்கள் இனி கவலைப்பட வேண்டாம். உங்கள் இஷ்டம்போல் எங்கு வேண்டுமானாலும் சுற்றிக் கொள்ளுங்கள்.'

'ஆ! படிக்கிறானா? இவன் படித்து என்ன ஆகப் போகிறான்? ஜார் மன்னனாகவா? ம்ஹூம். இதெல்லாம் சரிப்பட்டு வராது. டிப்ளிஸில் ஒரு ஷூ கம்பெனி இருக்கிறது. இப்போது சேர்ந்தால், கூடிய விரைவில் பெரிய ஆளாகலாம்.'

எகாதெரினா எத்தனைச் சொல்லியும் கேட்காமல், ஜோசப்பைப் பிடித்துத் தரதரவென்று இழுத்துப் போனார் விசாரியன். பிறகு அவரும், அக்கம் பக்கத்து வீடுகளைச் சேர்ந்தவர்களும் திரண்டு வந்து விசாரியனுக்கு புத்திமதி சொல்லி, ஒருவழியாக ஜோசப்பை மீட்டு வந்தார்கள்.

மீண்டும் பள்ளிக்குத் திரும்பியதுதான் தாமதம். கடுமையான காய்ச்சல் ஜோசப்பைப் புரட்டிப் போட்டது. அவனது இடது தோள்பட்டை அதிக பாதிப்புக்குள்ளானது. இந்தப் பாதிப்பு, கிட்டத்தட்ட ஜோசப்பின் ஆயுள்காலம் முழுவதும் நீடித்தது.

பள்ளிப் படிப்பின் மூன்றாவது ஆண்டில் மிகப் பெரிய மாற்றம். எல்லாப் பள்ளிகளுக்கும் தலா ஒரு சர்க்குலர். அனுப்பியிருந்தவர் ஜார் மன்னர். இனி, ரஷ்ய மொழியில் மட்டும்தான் பாடங்கள் எடுக்கப்படும். தேர்வுகளையும் ரஷ்ய மொழியில்தான் எழுதவேண்டும்.

ஜோசப்புக்கு ஜார்ஜிய மொழி மட்டும்தான் தெரியும். ஊறுகாய் தொட்டுக் கொள்வதுபோல், அவ்வப்போது ஒரு சில ரஷ்ய வார்த்தை களைக் கற்று வைத்துக் கொண்டிருந்தான். அவ்வளவே. அதனால், புதிய சர்க்குலரால், பிற மாணவர்களைவிட அதிகம் தடுமாறியது, ஜோசப்தான். ஆனால், நாளடைவில் பழகிவிட்டது. பழகியது மட்டு மல்லாமல், அனைத்துப் பாடங்களிலும் முதலாவதாக வர ஆரம் பித்தான் ஜோசப்.

●

விசாரியன் மீண்டும் தலைமறைவாகி விட்டார். டிப்ளிஸ் பகுதிக்குச் சென்றுவிட்டதாகப் பேசிக் கொண்டார்கள். குடிபோதையில் ஏதோ தகராறு செய்து பெரிய சண்டையில் அவர் இறந்துவிட்டதாகச் சிலரும், 'இல்லை, இல்லை அவரை ஜார்ஜியாவில் எங்கோ பார்த்தோம்' என்று சிலரும் மாறி மாறிச் சொன்னார்கள். 1890-ம் ஆண்டு விசாரியன், டிப்ளிசில் (Tiblis) இயற்கையான முறையில் இறந்து போனதாக ஒரு செய்தி வந்து சேர்ந்தது.

அவரால் வீட்டுக்கு காலனா அளவுக்கும் உபயோகம் இருந்ததில்லை என்பதால், அதிகம் பாதிப்படையாத எகாதெரினா, கூடுதல் வேலைகள் செய்து செலவுகளைச் சமாளித்துக் கொண்டிருந்தார். ஜோசப் நன்றாகப் படிக்க வேண்டும் என்ற ஒரே கவலைதான் அவருக்கு. எப்படியாவது படித்து முடித்து ஒரு மத குருவாக மாற முடிந்தால் எத்தனை சுகமாக இருக்கும்?

ஜோசப்புக்கு அப்போது பதினான்கு வயது. மிக நன்றாகப் படித்தான். தனது பாடப் புத்தகங்களை மட்டுமில்லாமல் பிற புத்தகங்களையும் தேடிப் பிடித்து வாசிக்கத் தொடங்கினான். அதேசமயம், தன் அம்மாவின் ஒரே கனவையும் தயவு தாட்சண்யம் பார்க்காமல் கொஞ்சம் கொஞ்சமாகச் சிதறடித்துக் கொண்டிருந்தான். காரணம், அவன் வாசித்தவை அனைத்தும் சிவப்புப் புத்தகங்கள்.

தன் நண்பர்களுடன் தர்க்க ரீதியாகச் சண்டை எல்லாம் போடத் தொடங்கிவிட்டான் ஜோசப்.

'அட! சும்மா இரு. கடவுளும் இல்லை, ஒன்றும் இல்லை. உனக்கு சந்தேகமாக இருந்தால், நான் கொடுக்கும் புத்தகத்தைப் படி. எல்லா வற்றையும் விலாவாரியாக எழுதியிருக்கிறார்கள்.'

நூலகத்திலிருந்து கையோடு கொண்டு வந்திருக்கும் புத்தகத்தை, நண்பர்களுக்குப் படிக்கக் கொடுப்பான். அவர்கள் படித்து முடித்ததும் மீண்டும் விவாதங்கள் தொடரும்.

ஜோசப் படித்த அத்தனைப் புத்தகங்களும் ஜார் அரசாங்கத்தால் தடை செய்யப்பட்டவை. ஜாருக்குப் புத்தகங்கள் என்றாலே அலர்ஜி. இலக்கியம், வரலாறு, சிவப்பு, வெளுப்பு அத்தனைப் புத்தகங் களுக்கும் தடை விதித்திருந்தார். வரலாறு படிக்கிறேன் பேர்வழி என்று ஜார்ஜியாவின் வளமான பின்னணியைத் தெரிந்து கொண்டு, தேசபத்தி, அது இதுவென்று மக்கள் கெட்டுப் போய்விட்டால் யார் பொறுப்பு?

இலக்கியங்களில் மட்டும் என்ன வாழ்ந்ததாம்? கிட்டத்தட்ட எல்லாக் கதைகளும், எல்லாக் கவிதைகளும் தேசபக்தியைப் பற்றிதான்

பெருமை பீற்றிக் கொண்டிருந்தன. எதற்கு வம்பு? அதையும் தடை செய்தார் ஜார் மன்னர்.

தடை செய்யப்பட்ட புத்தகங்களை பெரும்பாலும் சிவப்புச் சட்டைக் காரர்கள்தான் வைத்திருப்பார்கள். நெருக்கமானவர்களுக்கு மட்டும் அளிப்பார்கள். ஜோசப், அவற்றை ரகசியமாக வாங்கி வைத்துக் கொண்டு வாசித்தான். வாசித்த வரையில், அவனை மிகவும் கவர்ந்தது, கோபா (Koba) என்னும் கதாபாத்திரம். கோபா ஒரு ஜார்ஜிய ராபின்ஹூட். பணக்காரர்களிடம் இருந்து அபகரித்து, ஏழைகளுக்குப் பகிர்ந்து கொடுக்கும் ஒரு ஆக்‌ஷன் ஹீரோ. ஜார் அரசுக்கு எதிராகப் போராடி, மக்களை ஒருமைப்படுத்தி போராட வைத்தவர். போர்க் களத்தில் வீரமாகப் போராடி இறந்து போனவரும் கூட.

தனியாக இருக்கும் போது, கற்பனை வாளை சுழற்றி இல்லாத எதிரிகளுடன் ஆக்ரோஷமாகச் சண்டைப் போடுவான் ஜோசப். 'என்னை யார் என்று நினைத்தாய்? நான்தான் கோபா. உங்கள் அத்தனைப் பேரையும் அழித்துவிட்டுத்தான் மறு வேலை. ஹா!'

தன் நண்பர்களுக்குத் தனி கட்டளையே போட்டுவிட்டான் ஜோசப். 'இனிமேல் அனைவரும் என்னை கோபா என்றுதான் அழைக்க வேண்டும். வேறு பெயர்களில் அழைத்தால் நான் திரும்பிக்கூட பார்க்க மாட்டேன்!'

எகாதெரினாவுக்குப் பேரானந்தம். எத்தனை அற்புதமாகப் படிக்கிறான். எத்தனை அற்புதமாக வளர்ந்து கொண்டிருக்கிறான். ஒவ்வொரு நாளும் தன் மகன் வீட்டுக்குக் கொண்டு வரும் வண்ண வண்ணப் புத்தகங் களைப் பார்த்துப் பார்த்துப் புளகாங்கிதம் அடைந்தார் அவர்.

ஜோசப் தனது பள்ளிப் படிப்பை முடித்தபோது, அனைத்துப் பாடங்களிலும் அவன்தான் முதலாவதாகத் தேர்ச்சி பெற்றிருந்தான். பள்ளியிலிருந்து ஊக்கத் தொகையும் நிறைய ஊக்கமும் கொடுத்து மகிழ்ச்சியுடன் முதுகில் தட்டிக் கொடுத்து அனுப்பி வைத்தார்கள். 'மேற்கொண்டு நிறைய படி. உன்னிடம் அபாரமான திறமைகள் உள்ளன.'

அடுத்து, இறை ஊழியத்துக்கான படிப்பு.

டிப்ளிஸில் இருந்த குருமார்கள் பள்ளியில் இடம் கிடைத்தது. எகாதெரினாவுக்குக் கொள்ளை மகிழ்ச்சி. இருப்பதிலேயே பெரிய அமைப்பு. பாரம்பரியமான கல்வி நிலையம். செலவும் அதிகம் ஆகாது. அதிகம் ஆகி விட்டால்தான் என்ன? இன்னும் நான்கு வீடுகளுக்குச் சென்று துணி துவைத்து, பாத்திரம் தேய்த்து கொடுத்தால், ஆயிற்று.

மிகவும் கண்டிப்பான மதப்பள்ளி அது. அங்கேயே தங்கியிருந்து படிக்க வேண்டும். காலை ஏழு மணிக்கு வகுப்புகள் தொடங்கும். நின்று நிதானமாக பிரேயர் செய்ய வேண்டும். கொஞ்சம் டீ கொடுப்பார்கள். பிறகு வகுப்புகள். ஒரு மணி நேரம் கழித்து பிரேயர். வகுப்புகள். இரண்டு மணிக்கு உணவு. பிரேயர். வகுப்புகள். மூன்று மணிக்கு வெளிக் கதவை திறந்து விடுவார்கள். வெளியில் எட்டிப் பார்த்து விடடு, ஐந்து மணிக்குள் திரும்பிவிட வேண்டும். பிரேயர். எட்டு மணிக்கு டீ. பிரேயர். தூக்கம். பிரேயர்.

ஞாயிற்றுக் கிழமை, விடுமுறை தினங்கள் என்றால் கேட்கவே வேண்டாம். சிறப்புப் பிரார்த்தனைகள் தொடங்கிவிடும். ஒரே இடத்தில் ஆடாமல் அசையாமல் ஒற்றைக் காலில் மூன்று அல்லது நான்கு மணி நேரம் நிற்க வேண்டியிருக்கும். பிரேயர் செய்து கொண்டே.

ஜோசப் நல்லப் பிள்ளையாகப் படித்தான். கேட்கும் கேள்விகளுக்கு டாண் டாணென்று பதிலளித்தான். ஆசிரியர்கள் அத்தனைப் பேருக்கும் ஜோசப்பைப் பிடித்துப் போனதில் ஆச்சரியமில்லை. எல்லோரும் ஜோசப்பை சிலாகித்துப் பேசினார்கள். 'இறை ஊழியம் புரிவதற்கு, இவனை விட தகுந்த நபரை நாம் கண்டுபிடிக்க முடியாது.' தலைமை ஆசிரியருக்கே ஆச்சரியம். 'இவனால் எப்படித்தான் இத்தனை விஷயங்களைப் படித்து நினைவில் வைத்துக் கொள்ள முடிகிறதோ!'

ஜோசப்பின் வாசிப்புத் தளம், ஒவ்வொரு நாளும் புதிய எல்லைகளைத் தொட்டது. தொட்ட அத்தனை எல்லைகளையும் மீறிச் சென்றது.

தலைமை ஆசிரியர் ஒரு முறை ஜோசப்பின் அறைக்கு யதேச்சையாக நுழைந்தபோது, அதிர்ந்து போனார். காரணம், ஜோசப்பின் மேஜை மீது கிடந்த புத்தகம்.

'இந்தப் புத்தகம் எங்கிருந்து கிடைத்தது?'

'நூலகத்திலிருந்து எடுத்து வந்தேன்.'

புத்தகம் கைப்பற்றப்பட்டது. ஜோசப்பை தரதரவென்று இழுத்துச் சென்று கீழ் அறையில் அடைத்து வைத்தார்கள். அந்தப் பள்ளியில் 'கீழ் அறை' மிகவும் பிரபலம். காற்றோட்டம் இருக்காது. வெளிச்சம் இருக்காது. கிட்டத்தட்ட தனிமைச் சிறை. வீட்டுப் பாடம் செய்ய வில்லையா? பிரேயர் செய்யவில்லையா? நகங்களைச் சுத்தம் செய்ய வில்லையா? கீழ் அறைக்கு அனுப்பிவிடுவார்கள். செய்யும் தவறு களுக்கு ஏற்ப சில மணி நேரங்கள் முதல் சில நாள்கள் வரை உள்ளே இருக்க வேண்டும்.

ஒரு வாரம் கழிந்திருக்கும்.

பிரெஞ்சு புரட்சி பற்றி விக்டர் ஹியூகோ எழுதிய ஒரு புத்தகம் ஒன்று (Ninety Three) ஜோசப்பின் அறையிலிருந்து கண்டு எடுக்கப்பட்டது.

'உனக்கும் பிரெஞ்சு புரட்சிக்கும் என்ன சம்பந்தம்?'

'தெரிந்து கொள்வதற்காகப் படித்தேன்!'

'என்ன தெரிந்து கொள்வதற்காக?'

அடுத்தடுத்த தினங்களில் ஜோசப் அடிக்கடி கீழ் அறைக்கு அனுப்பப் பட்டான். காரல் மார்க்ஸ் எழுதிய கம்யூனிஸ்ட் கட்சி அறிக்கை முதற் கொண்டு, தெருவோரங்களில் தொழிலாளர் அமைப்புகளால் விநியோ கிக்கப்படும் துண்டுப் பிரசுரங்கள் வரை அத்தனையும் ஜோசப்பிட மிருந்து கைப்பற்றப்பட்டன. ஒன்று விடாமல் அத்தனையும் தடை செய்யப்பட்டவை.

உச்சகட்டமாக, 1898-ம் ஆண்டு ஒரு சோஷலிஸ இயக்கத்தில் இணைந்து கொண்டான் ஜோசப். இயக்கத்தின் பெயர் Messame Dassy.

மத குரு பள்ளி சீற்றமடைந்தது.

1899-ம் ஆண்டு, ஜோசப் பள்ளியிலிருந்து வெளியேற்றப்பட்டான்.

2. சிவப்பு தினங்கள்

ஒரு வழியாக சித்ரவதைக் கூடத்திலிருந்து வெளியில் வந்தாகிவிட்டது. ஜோசப்புக்கு உற்சாகமாக இருந்தது. இனி யாருக்கும் பயப்பட வேண்டியதில்லை. உலகிலுள்ள அத்தனைச் சிவப்புப் புத்தகங்களையும் ஆற அமர உட்கார்ந்து சுதந்தரமாக வாசிக்கலாம்.

அதைத்தான் செய்தார் ஜோசப். மார்க்ஸ், எங்கெல்ஸ். இருவரின் எழுத்துகளையும் தேடித் தேடி வாசிக்க ஆரம்பித்தார். பிறகு லெனின். ஜோசப், மார்க்சி யத்தை உள்வாங்கிக் கொண்டது லெனின் மூலமாகத் தான். தவிரவும், ரஷ்யாவைப் பற்றிய ஒரு முழுமை யான புரிதலும் லெனின் மூலமாகத்தான் அவருக்குக் கிடைத்தது.

ஜார்ஜியா, உண்மையில் ஒரு வளமான பூமி. பரந்து விரிந்த புவியியல். அபரிமிதமான இயற்கை வளங்கள். விதை விதைத்தால் பொன் கொடுக்கும். எல்லாம் இருந்து என்ன பயன்? மிகவும் பின்தங்கிய பகுதியாகவே இருந்தது ஜார்ஜியா. விவசாயத்தை யாரும் ஊக்குவிக்கவில்லை. தொழிற்சாலைகள் இல்லை. சாலை வசதிகள் இல்லை. முன்னேற்றத்தின் நிழல்கூட இன்னமும் படவில்லை. நூற்றுக்கணக் கான ஆண்டுகள் பின்னோக்கியே இருந்தது அந்நகரம்.

காரணம் ஜார்.

ஜார்ஜியா மட்டுமல்ல, ஒட்டுமொத்த ரஷ்யாவும் மீள முடியாமல் தத்தளித்துக் கொண்டிருந்ததற்கு ஒரே காரணம் ஜார் அரசாங்கம்தான். முதலாம் ஜார்,

இரண்டாம் ஜார், மூன்றாம் ஜார் என்று ஜார் வம்சத்திலுள்ள அத்தனைப் பேரும் மாற்றி மாற்றி முடிசூட்டிக் கொள்வார்கள்.

ரஷ்யா அவர்களுக்கு ஒரு விளையாட்டுப் பொம்மை. விளையாடி முடித்து ஒருவர் களைத்துப் போகும்போது, மற்றொரு ஜார் பொம்மையை வாங்கிக் கொள்வார். தேர்தல், வாக்கெடுப்பு, தேர்ந் தெடுப்பு எதுவும் கிடையாது. ஜார் இட்டதுதான் சட்டம். ராணுவம், காவல்துறை, கல்வித்துறை எல்லாமே அவரது கையில். தேவாலயம் உள்பட. ஜார் கண்ணசைத்தால் ஆயிரம் ராணுவ வீரர்கள் ஓடி வருவார்கள். மாடியிலிருந்து குதி என்றால் குதிப்பார்கள்.

ரஷ்யாவில் உள்ள அத்தனை பெரும் புள்ளிகளும், அத்தனை செல்வந்தர் களும் ஜார் ஆட்சியைத் தலையில் தூக்கி வைத்துக் கொண்டாடினார்கள். காரணம், ஜாரின் அரவணைப்பு அவர்களுக்குத் தேவை. ஜார், கையை உயர்த்தி ஆசீர்வதித்தால்தான் புதிய செல்வம் கிடைக்கும்; நிலம் கிடைக்கும்; வசதி கிடைக்கும். ஜாருக்கும் அவர்களது ஆதரவு தேவை. அதனால்தான், சீமான்களையும் சீமாட்டிகளையும் தேர்ந்தெடுத்து, தன் அரண்மனையில் உயர் பதவிகளில் அமர வைத்திருந்தார். ஜார் எடுக்கும் அத்தனை முடிவுகளுக்கும் இவர்களை விட்டால் வேறு யாரால் ஆமாம் சாமி போட முடியும்?

சரி, மக்கள்? அவர்கள் எக்கேடு கெட்டால் என்ன?

ஜார் அகராதியில், மக்களுக்கு இன்னொரு பெயர் உண்டு. Serfs. அதாவது, அடிமைகள். நிலங்களை வாங்கும் போதும் விற்கும்போதும் அந்த நிலப் பகுதியில் வேலை செய்யும் அடிமைகளையும் சேர்த்தே விலை பேசுவார்கள்.

ஜாரின் அன்பும் அரவணைப்பும் யார் யாருக்கெல்லாம் உண்டோ, அவர்கள் எல்லோரிடமும் மிகப் பெரிய அடிமைப் பட்டாளம் இருந்தது. வீட்டு வேலை, தோட்ட வேலை செய்ய. குழந்தைகளைக் கவனித்துக் கொள்ள. எடுபிடி வேலைகள் செய்ய. எல்லாவற்றுக்கும்.

சம்பளம் கொடுக்கத் தேவையில்லை. ஒரு முறை மொத்தமாக பணம் கொடுத்து வாங்கி விட்டால் போதும். பிற்பாடு, இஷ்டப்பட்டு ஏதாவது கொடுத்தால்தான் உண்டு. கூடுதல் விலைக்கு யாராவது கேட்டால், தள்ளிவிடவும் செய்யலாம். ஒரு வகையில், அடிமைகள் என்பவர்கள் அசையும் சொத்துக்கள்.

இன்று நேற்று அல்ல. தொன்றுதொட்டு தொடரும் பழக்கம் இது.

ஜார் மன்னர், அவர் குடும்பம், பெரும் பண்ணையாளர்கள், அவர்கள் குடும்பங்கள். இவர்கள் மட்டுமே மனிதர்கள். எஞ்சியிருக்கும்

அத்தனைப் பேரும் ஜந்துக்கள். ஜார் மன்னரின் பிரத்தியேக தேவைக்காக, கடவுளால் சிருஷ்டிக்கப்பட்டவர்கள்.

ஐவான் என்று ஒரு ஜார் இருந்தார். பயங்கர ஐவான் (Ivan the Terrible) என்றுதான் அவரை அழைப்பார்கள். நாய்க்குட்டி, பூனைக்குட்டி வளர்ப்பதில் இவருக்கு அலாதிப் பிரியம். பொழுது போகவில்லை யென்றால் ஜன்னல் கதவை திறந்து வைத்துக் கொண்டு, ஒவ்வொரு குட்டியாகத் தூக்கி வெளியே வீசுவார். பொழுதுபோக்கு.

நாய்க் குட்டியோடு மட்டும் விளையாடவில்லைஅவர். மக்களிடமும் விளையாடினார். நோவோகிராட் (Novogrod) பகுதியில் மட்டும் இவரது ஆணையின்படி சுமார் இரண்டாயிரம் பேர் கொல்லப்பட்டனர். எதிர்த்துப் பேசினான் என்பதற்காகத் தன் சொந்த மகனின் மண்டையைப் பிளந்துக் கொன்றவர் இந்த ஐவான்.

1649-ம் ஆண்டு விதிக்கப்பட்ட ஜார் சட்டம் என்ன சொல்கிறது தெரியுமா? விவசாயிகள், அவர்களுடைய குடும்பத்தினர், உற்றார், உறவினர் அனைவரும் நிலப்பிரபுவின் உடைமைகள். பண்ணையில் வேலை செய்பவன் பண்ணையடிமை. அவ்வளவுதான். குதிரை, உழவு மாடு போல் அவனும் ஒரு பிராணி. தேவைப்படும் போதெல்லாம் சொடக்குப் போட்டுக் கூப்பிடலாம். பிடிக்கும் வரை வைத்திருந்து பிடிக்காமல் போனால் அல்லது நோய்வாய்ப் பட்டால் உதறித் தள்ளி விடலாம்.

அடிமைகளைத் துன்புறுத்தாத பண்ணையாளர்களை விரல் விட்டு எண்ணிவிடலாம். சவுக்கால் அடி பின்னி எடுத்து விடுவார்கள். ஆடுகளை, மாடுகளை, அடிமைகளைத் துன்புறுத்துவதை யாரும் பெரிதாக எடுத்துக் கொள்வதில்லை. அடிமைகள் தப்பிச்செல்லவும் முடியாது. தப்பிச் செல்லும் பொழுது பிடிபட்டால் ஒழித்துக் கட்டி விடுவார்கள். மொத்தத்தில் அடிமைகளாக இருப்பதைத் தவிர, அடிமை களுக்கு வேறு வழி கிடையாது.

சில சமயங்களில் போராட்ட குணம் கொண்ட அடிமைகள், குமுறி எழுவதும் உண்டு. கிளர்ச்சிகளில் ஈடுபடுவதும் உண்டு. ஆனால், ஒவ்வொரு முறையும் அவர்கள் ரத்த வெள்ளத்தில் ஆழ்த்தப்பட்டுக் கொல்லப்படுவது வழக்கம். 1667-71 மற்றும் 1707-08 ஆண்டுகளில், விவசாயிகள் எழுச்சி பெற்றபோது இப்படித்தான் சிதறடித்தார்கள்.

ஒவ்வொரு ஜார் மன்னரும் ஒவ்வொரு தினுசாக இருப்பார்கள். அத்தி பூத்தாற்போல், எப்போதாவது நல்ல ஜார் கிடைத்தால் உண்டு. அத்தி பூக்கவில்லை என்றால் அதோ கதிதான்.

1694-ல் ஆட்சி பொறுப்பு ஏற்றுக் கொண்ட பீட்டர், ஒரு வித்தியாசமான ஜார் மன்னர். இவர் ஆட்சியில் மளமளவென மாற்றங்கள் நிகழ்ந்தன. ரஷ்ய மன்னர்களிலேயே இவரது ஆட்சிக் காலத்தில்தான் (*1682-1725*) இரும்பு மற்றும் தாமிரங்களைப் பயன்படுத்தி தொழில்கள் மிகப் பெரிய அளவில் நிறுவப்பட்டன. முறையான ராணுவமும், கப்பற்படையும் அமைக்கப்பட்டன.

முதல் முறையாக, ரஷ்ய பத்திரிகை வெளியிடப்பட்டது. தொழில் நுட்பப் பள்ளிகள் உருவாக்கப்பட்டன. எழுத்து முறை மற்றும் காலண்டரில் சீர்திருத்தங்கள் செய்யப்பட்டன. செயின்ட் பீட்டர்ஸ்பர்க் நகரம் தோன்றியது. நிர்வாகத்தின் உயர் அமைப்பாக 'செனட்' உருவாக்கப்பட்டது. நாடு பெரிய மாநிலங்களாகப் பிரிக்கப்பட்டு, ஒவ்வொரு மாநிலத்துக்கும் தனித்தனி ஆளுநர் நியமிக்கப்பட்டார். மொத்தத்தில் பீட்டர் ஒரு மிகச் சிறந்த சீர்திருத்தவாதியாகக் கருதப் பட்டார். மகா பீட்டர் (Peter The Great) எனும் பெயரையும் சம்பாதித்துக் கொண்டார்.

எல்லாம் சரிதான். பீட்டர் கொண்டு வந்த மாற்றங்கள் ஒட்டுமொத்த ரஷ்யாவையும் புரட்டிப் போட்டது என்னவோ உண்மைதான். ஆனால் விலங்குகளாக, அடிமைகளாக மாறிப் போயிருந்த விவசாயிகளின் வாழ்வில், கடுகளவு முன்னேற்றமாவது ஏற்பட்டதா? கிடையாது.

அடிமைத்தனம் அப்படியே தொடர்ந்தது. கனரகத் தொழிற்சாலைகள் தொடங்கப்பட்டன. ஆனால், அதில் வேலை செய்தவர்கள் அத்தனைப் பேரும் அடிமைகள்தாம். எனில், மாற்றத்தால் என்ன பயன்?

முதலாம் பீட்டருக்குப் பின் அரியணையில் அமர்ந்த இரண்டாம் கேத்தரீன் காலத்தில், நிலைமை இன்னமும் மோசமடைந்தது. இந்த அம்மையார் என்ன செய்தார் தெரியுமா? பல லட்சக்கணக்கான விவசாயிகளை நிலப் பிரபுக்களுக்குத் தானமாக வழங்கி ரஷ்ய பாரி, ஓரி வரிசையில் தன் பெயரையும் பெருமிதத்துடன் சேர்த்துக் கொண்டார். முதலாம் பீட்டர் காலத்தில் ரஷ்யாவில் மட்டும்தான் பண்ணையடிமை முறை இருந்தது. ஆனால் கேத்தரீன் காலத்தில், அது உக்ரைன் பகுதிக்கும் விரிவுபடுத்தப்பட்டது. முந்தைய ஜார் எட்டடி பாய்ந்தால், அடுத்த ஜார் குறைந்தது பதினாறு அடியாவது பாய வேண்டாமா?

•

18-ம் நூற்றாண்டின் இறுதியில் ஜார் மன்னராட்சிக்கு எதிராக, பல பகுதிகளில் போராட்டங்கள் வெடித்தன. பண்ணையடிமை முறை ஒழிக்கப்பட வேண்டும் என்ற குரல் பலமாக ஒலிக்கத் தொடங்கியது.

'ஜார் மன்னரே! நாங்களும் மனிதர்கள்தான். எங்களுக்கும் உணர்வுகள் உண்டு. வாழ வேண்டும் என்ற ஆசை எங்களுக்கும் உண்டு. எங்களுக்கும் குடும்பங்கள், குழந்தை குட்டிகள் உண்டு. சீர்திருத்தத்தைக் கொண்டு வா. எங்களை நல்வழிப்படுத்து. எங்களை ஆசீர்வதி!'

ஜார் யோசித்தார். 'மக்கள் ஏன் இப்படியெல்லாம் அவசரக் குடுக்கை யாக இருக்கிறார்கள்? அவர்களுக்கு ஏன் இப்படிப்பட்ட சிந்தனைகள் தோன்றுகின்றன? முதலில், மக்கள் ஏன் சிந்திக்கிறார்கள்? அவர்களை யார் சிந்திக்கச் சொன்னது?'

மனத்துக்குள் சிந்திப்பதற்குத் தடை விதிக்க முடியாது. உரக்கச் சிந்திப்பதற்குத் தடை விதிக்கலாமே. விதித்தார்.

யார் யாரெல்லாம் அரசாங்கத்தை எதிர்த்து குரலெழுப்புகிறார்களோ, யார் யாருக்கெல்லாம் ஜாரைப் பிடிக்கவில்லையோ, அத்தனைப் பேரையும் தேடிப் பிடித்து சிறையில் தள்ளினார். சுதந்தரம் வேண்டுமா? இதோ உள்ளே வா. கதவுகள் திறந்திருக்கின்றன. ஜார் ஒழிக கோஷம் போடுகிறாயா? வெளியில் இருந்து கத்தாதே. உள்ளே போய் உட்கார். ஜாரை எதிர்த்து அறிக்கைகள் எழுதுகிறாயா? கதை எழுதுகிறாயா? துண்டு பிரசுரம் விநியோகிக்கிறாயா? தெரு முனையில் நின்று குசுகுசு வென்று பேசுகிறாயா? கூட்டம் சேர்க்கிறாயா? வா, உள்ளே வா. வெளியில் உனக்கு வேலை இல்லை. நீ இருக்க வேண்டிய இடம் உள்ளே. வா.

இவர்களை அடக்கிவிட்டு, அப்பாடா என்று நிமிர்வதற்குள் பிரெஞ்சுப் புரட்சி.

யார் கேட்டார்கள்? யார் அழுதார்கள் புரட்சி இல்லை என்று? சுதந்தரம். சமத்துவம். சகோதரத்துவம். ஆ! வசீகரமான வார்த்தைகள். அரச குடும்பங்களின் நிம்மதியைக் கெடுப்பதற்காகவே மெனக்கெட்டு இப்படியெல்லாம் கோஷங்கள் எழுதுகிறார்கள். எழுப்புகிறார்கள். புத்தி ஜீவிக்கள் என்று நினைப்பு. உலகத்தையே உய்விக்கப் பேகிறார்களாம்.

ஐயா, பிரான்சில் என்னவாவது செய்து கொள்ளுங்கள். யாரும் கேட்கப் போவதில்லை. பிரான்ஸ் எக்கேடு கெட்டாலும் எங்களுக்குக் கவலை யில்லை. ஆனால், அகிலமெல்லாம் இந்தக் கோஷத்தைப் பரப்ப வேண்டுமா? சும்மா கிடக்கும் ரஷ்ய மக்களை எழுப்ப வேண்டுமா? தேவையில்லாத வீண் வேலைதானே.

நெப்போலியனுக்கு நேர்ந்த கதி தெரியும்தானே? பெரும் வீரன்தான். உலகம் போற்றும் தீரன்தான். ஆனால் 1812-ம் ஆண்டு ரஷ்யா மீது

போர்த்தொடுத்தபோது என்ன ஆனது? தோல்வியடைந்து திரும்பிப் போனாரா இல்லையா?

ஆகவே, மக்களே, ரஷ்யர்களே, எதற்கு வம்பை விலை கொடுத்து வாங்கிக் கொள்கிறீர்கள்? அமைதி. அமைதியாக இருங்கள். எல்லா வற்றையும் நாங்கள் பார்த்துக் கொள்கிறோம். வீண் கனவுகள் வேண்டாம். லட்சியங்கள் எல்லாம் வேண்டாம். உங்கள் எஜமானரிடம் விசுவாசமாக இருங்கள். ஜாரிடம் விசுவாசமாக இருங்கள். கீழ்ப்படி வதற்கு மட்டுமே உங்களுக்கு உரிமை அளிக்கப்பட்டிருக்கிறது. கடவுள் உங்களைக் காப்பாற்றுவாராக. ஆமென்.

•

ஜார் சொன்னாலும் சொல்லாவிட்டாலும் மக்கள் அடங்கி ஒடுங்கி இருந்தார்கள்.

19-ம் நூற்றாண்டின் தொடக்கக் காலத்தில் மேற்கு ஐரோப்பிய நாடுகள், தொழில் துறையில் நான்கு கால் பாய்ச்சலில் முன்னேற ஆரம்பித்த பொழுது, ரஷ்யா ஒற்றைக் காலை தூக்கி வைத்துக் கொண்டு நொண்டிக் கொண்டிருந்தது. பக்கத்து தேசமான இங்கிலாந்து உற்பத்தி செய்த இரும்பின் அளவு, ரஷ்யாவைவிட பன்னிரண்டு மடங்கு அதிகம். ரயில் போக்குவரத்திலும் ரஷ்யாவைக் கடந்து எங்கோ போய் விட்டது இங்கிலாந்து.

ஆக, ஜார் அரசாங்கம் மக்களையும் கவனிக்கவில்லை. நாட்டையும் கவனிக்கவில்லை. அரண்மனைதான் அவர்களுக்கு ரஷ்யா. அரண் மனைதான் அவர்களுக்கு உலகம்.

இந்தத் தேக்க நிலையை சில கிளர்ச்சிக்காரர்கள் மிகச் சரியாகப் பயன் படுத்திக் கொண்டனர். பல்வேறு ரகசியக் கழகங்கள் தோன்றின. ஜார் ஆட்சியை எப்படி அகற்றலாம் என்று ஆள் ஆளுக்கு யோசிக்க ஆரம்பித்தனர்.

திடீரென்று, ஜார் மன்னன் முதலாம் அலெக்ஸாண்டர் இறந்து போனார். புதிய ஜார் மன்னராக நிக்கோலஸ் அறிவிக்கப்பட்டார். புதிய ஜார், ஆட்சியில் செட்டில் ஆவதற்கு எப்படியும் நேரமாகும். அதற்கு முன் ஏதாவது செய்தால்தான் உண்டு.

கிளர்ச்சிக்காரர்கள் ஒன்று சேர்ந்தார்கள். ஓர் அதிரடித் திட்டம் தயாரானது. ஜார் வசித்து வந்த குளிர்கால மாளிகையை கைப்பற்ற வேண்டும். பிறகு, செனட் கட்டடம். ஒழுங்கு மரியாதையாகப் பண்ணையடிமை முறையை இன்றோடு முடித்துக் கொள்ளுங்கள், இல்லையென்றால் நடப்பதே வேறு என்று மிரட்ட வேண்டும்.

நாள் குறித்தாகிவிட்டது. 1825-ம் ஆண்டு டிசம்பர் 14-ம் தேதி.

மொத்தம் மூவாயிரம் பேர் செனட் சதுக்கத்தில் கூடினார்கள். டிசம்பர் மாத கிளர்ச்சியில் ஈடுபட்ட இவர்கள், பிற்காலத்தில் டிசம்பர்வாதிகள் (Decemberists) என்று அழைக்கப்பட்டனர்.

'இன்றோடு ஜார் ஒழிந்தார். ரஷ்யாவுக்குக் கூடிய சீக்கிரத்தில் விடுதலை!'

கதவைத் திறந்து கொண்டு முதல் நபர் நுழைந்ததுமே தகவல், ஜார் மன்னருக்குப் போய்ச் சேர்ந்து விட்டது. புதிய மன்னர்தான். ஆனால், என்ன செய்ய வேண்டும் என்று அவருக்குத் தெரிந்தது.

'மக்களே, உங்களுக்கு எத்தனை முறைதான் படித்துப் படித்துச் சொல்வது? எந்த தைரியத்தில் இப்படி மொத்தமாகக் கூடியிருக் கிறீர்கள்? இப்படியெல்லாம் கோஷம் போட்டால் நீங்கள் கேட்பது கிடைக்கும் என்று யார் சொன்னது?

ம்ஹூம். இப்படியெல்லாம் சொன்னால் நீங்கள் கேட்க மாட்டீர்கள். துருப்புகளே, உங்களுக்கு வேலை வந்துவிட்டது. போய் வாருங்கள். மக்களுக்கு ஏதோ பிரச்னையாம். நல்லபடியாகத் தீர்த்து முடித்தபின், சொல்லி அனுப்புங்கள். நான் கொஞ்சம் ஓய்வு எடுத்துக் கொள்ள வேண்டும்!'

சாய்வு நாற்காலியில் நன்றாகச் சாய்ந்து அமர்ந்து கொண்டார் ஜார்.

அடுத்த சில நிமிடங்களில் செனட் சதுக்கம் சுற்றி வளைக்கப்பட்டது. கூடியிருந்த மக்கள் காக்கை, குருவிகளைப்போல் சரமாரியாகச் சுட்டுத் தள்ளப்பட்டனர். தலைமைத் தாங்கிய தலைவர்கள் தூக்கிலிடப் பட்டனர். நூற்றுக்கும் மேற்பட்டோர் கடுங்காவல் தண்டனை விதிக்கப் பட்டு, சைபீரியாவுக்கு அனுப்பி வைக்கப்பட்டனர்.

இனியும் ஜாரிடம் சாத்வீகமாகப் பேசி பிரயோஜனம் கிடையாது என்று மக்கள் மிகத் தெளிவாகப் புரிந்து கொண்டனர். அடித்துத்தான் வீழ்த்த வேண்டும். வேறு வழியே இல்லை.

ஒரு கொந்தளிப்பான சூழ்நிலையை நோக்கி ரஷ்யா நகர்ந்து கொண்டிருந்த அதேசமயம், 1854-ல் கிரிமிய யுத்தம் வெடித்தது. நெப்போலியனை வீழ்த்திய ரஷ்யாவால், கிரிமிய யுத்தத்தில் ஜெயிக்க முடியவில்லை. பலமான அடி. மண்டையில் விழுந்த அடி. தவிரவும், உள்நாட்டிலும் ஏகப்பட்ட பிரச்னைகள். சொல் பேச்சை கேட்க மாட்டோம் என்று பண்ணையடிமைகள் திமிறினார்கள். பல இடங்களில் வேலை நிறுத்தம். உணவு உற்பத்தி பணால்.

எது நடக்கக் கூடாது என்று ஜார் மன்னர் நினைத்தாரோ அதுதான் நடந்தது.

கிராமப்புறங்கள் கொந்தளிக்கத் தொடங்கின.

ஜார், தனது கைகளை ஊன்றி சாய்வு நாற்காலியிலிருந்து மெதுவாக எழுந்து அமர்ந்தார்.

'மக்களே, சொல்பேச்சு கேட்காமல் ஏதேதோ செய்கிறீர்கள். பரவாயில்லை. உங்கள் விருப்பம் எதுவோ அதுதான் எனது விருப்பமும். உங்களுக்கு என்ன வேண்டும்? பண்ணையடிமை ஒழிய வேண்டும். அவ்வளவு தானே. இதோ உங்களுக்கான பிரகடனம். குறித்து வைத்துக் கொள்ளுங்கள். உங்கள் மனத்தில் அழுத்தமாகப் பதிய வைத்துக் கொள்ளுங்கள்.

பண்ணையடிமை முறை இன்றோடு ஒழிந்தது. இனி, யாரும் யாருக்கும் அடிமை இல்லை. போதுமா?

இது நடந்தது பிப்ரவரி 19, 1861-ம் ஆண்டு.

ஜார் மன்னரின் பிரகடனம், ஓர் உதவாக்கரை பிரகடனம் என்பது கூடிய விரைவில் வெட்ட வெளிச்சமானது.

பண்ணையடிமை முறை ஒழியவில்லை. வேறொரு முகமூடியில் உலா வந்தது.

சுரண்டல்களும் சூழ்ச்சிகளும் அப்படி அப்படியே இருந்தன. ஓர் அங்குலம் கூட குறையவில்லை.

இந்த முறை அதிக பாதிப்புக்குள்ளானவர்கள் விவசாயிகள். நிலம் தருகிறோம் வாருங்கள் என்று அழைத்து, அநியாய விலைக்கு குத்தகைக்குக் கொடுத்தார்கள். தங்களுக்கு வழங்கப்பட்டுள்ள நிலத்தில் அவர்கள் கடுமையாக உழைத்து, அமோக விளைச்சலை ஏற்படுத்த வேண்டும். பிறகு? கைகளைப் பின்புறம் கட்டிக் கொண்டு, ஒதுங்கிச் சென்றுவிட வேண்டும். அத்தனை விளைச்சலும் நிலப் பிரபுக்களுக்குத் தான். பயிரிட்டவர்களின் கதி? அதோகதிதான்.

இதோடு விட்டுவிடவில்லை. விவசாயிகளை முழுமையாகச் சுரண்ட வேறு ஒரு வழியையும் கண்டுபிடித்தார்கள் நிலப்பிரபுக்கள். தொட்டதற் கெல்லாம் அபராதம். தொட்டதற்கெல்லாம் வரி. எப்படியாவது அந்த நரகத்திலிருந்து தப்பிக்க எண்ணிய விவசாயிகள், மூட்டை முடிச்சு களைக் கட்டிக் கொண்டு தொழிற்சாலைகள் பெருகிக் கொண்டிருந்த நகரங்களை நோக்கி படையெடுக்கத் தொடங்கினார்கள்.

விளைவு? நகரங்களுக்குக் குடிபெயர்ந்த அத்தனை விவசாயிகளும் கூலிகளாக மாறிப் போனார்கள். கலப்பையை ஓட்டியவர்கள், இயந்திரங் களுக்கு எண்ணெய்த் தடவி வாழ்க்கையை நகர்த்த வேண்டிய நிலை.

மக்கள் குழம்பிக் கிடந்த சமயம் பார்த்து, ராணுவத்தையும் காவல் படைகளையும் முடுக்கிவிட்டார் ஜார். விவசாயிகளையும் தொழிலாளி களையும் கண்காணிக்க, ஒடுக்க ராணுவம், நகரக் காவல் துறை, கிராமக் காவல் துறை போன்ற அமைப்புகள் ஈடுபடுத்தப்பட்டன. அரசாங் கத்துக்குக் கட்டுப்பட மறுப்பவர்களுக்குக் கடுமையான தண்டனைகள் வழங்கப்பட்டன.

ஜார் அரசாங்கம், மற்றொரு மோசமான காரியத்தையும் செய்தது. ரஷ்ய தேசிய இனத்தைச் சேர்ந்தவர்களுக்கு மட்டுமே உரிமைகள் அளித்தது. இதர தேசிய இனங்களைச் சேர்ந்தவர்களுக்கு அடிப்படை உரிமைகள் கூட கிடையாது. ரஷ்யாவிலேயே தங்கியிருந்தாலும், அவர்கள் ரஷ்யர் களாக ஏற்றுக் கொள்ளப்படவில்லை. அரசாங்க அறிக்கைகள்படி, அவர்கள் அந்நியர்கள்.

சிறுபான்மையினரான இவர்களை, ஜார் ஒரு பொருட்டாகவே மதிக்கவில்லை. நிர்வாக, நீதிமன்ற மொழியாக ரஷ்ய மொழியே முன்வைக்கப்பட்டது. ரஷ்ய மொழி தவிர, இதர தேசிய இன மொழிகளில் பத்திரிகை, புத்தகங்கள் வெளியிடத் தடை. மற்ற தேசிய இன மாணவர்களுக்கு அவர்களது தாய்மொழியில் கல்வி கற்கக் கூடாது. ரஷ்ய மொழியில் படிக்க முடிந்தால் படி. முடியவில்லையா? வீட்டில் இரு.

மக்களுக்கு வேறு என்ன செய்யலாம் என்று யோசித்தபோது, மற்றொரு யோசனை தோன்றியது ஜாருக்கு. சும்மா கிடக்கும் மக்களைச் சுறுசுறுப்பாக மாற்றுவதற்கு ஏதாவது செய்ய வேண்டாமா? வெவ்வேறு இனங்களைச் சேர்ந்த மக்களிடையே மோதல்களைத் தூண்டி விட்டார். உங்கள் இனம் பெரியதா? அவர்கள் இனம் பெரியதா? உங்கள் மதம் பெரியதா? அவர்கள் மதமா? ஜார்ஜிய மொழி உசத்தியா, ரஷ்ய மொழியா?

ஜாரின் சூழ்ச்சி புரியாமல், மெய்யாகவே மக்கள் தங்களுக்குள் அடித்துக் கொண்டார்கள். கொடி பிடித்தார்கள். சண்டை போட்டார்கள். வெட்டி மடிந்தார்கள்.

காதுவரை போர்வையை இழுத்துப் போர்த்திக்கொண்டு, குளிர்கால அரண்மனையில் குளிர் காய்ந்து கொண்டிருந்தார் ஜார்.

மக்கள் ஒன்று சேர்ந்துவிடக் கூடாது. பலம் பெற்றுவிடக் கூடாது. போராட்டம், எதிர்ப்பு என்று வீட்டை விட்டு வெளியில் வரக்கூடாது.

மொத்தத்தில், மக்கள் நிரந்தர ஆட்டுக்குட்டிகளாக இருக்க வேண்டும். ஜார் அரசாங்கத்தின் லட்சியம் இதுதான்.

●

ரஷ்ய வரலாறை வாசிக்க வாசிக்க இதயமே வெடித்துவிடும் போல் இருந்தது ஜோசப்புக்கு. எத்தனை அயோக்கியர்களாக இருந்திருக் கிறார்கள்? எத்தனைப் பெரிய துரோகங்களை இழைத்திருக்கிறார்கள்?

வாசித்துக் கொண்டிருந்த புத்தகங்களை மூடி வைத்துவிட்டு எழுந்து விட்டார் ஜோசப்.

'ஜார் ஆட்சியை ஒழித்துக் கட்டிய பிறகுதான் எனக்கு இனி அடுத்த வேலை!'

3. இணையும் புள்ளிகள்

பாதிரியாராக மாற முடியாது. செருப்புத் தைக்கவும் முடியாது. கண் முன்னே இத்தனை அராஜகங்கள் நடந்து கொண்டிருக்கும் போது, அவற்றைப் பார்த்துக் கொண்டு சும்மா இருக்க முடியாது.

ஜார் ஆட்சி, ஒழிக்கப்பட வேண்டிய ஆட்சி. ஒழிக்கப்பட வேண்டிய ஆட்சி என்று சொன்னால் மட்டும் போதாது. ஏதாவது செய்ய வேண்டும். மேற் கொண்டு படித்து வேலைக்குச் சென்று மாதம் பிறந்தால் சம்பளம் வாங்கிக் கொண்டு வாழ்க்கையை ஓட்ட முடியாது. நிச்சயம் முடியாது.

இனி, என் வாழ்நாளின் ஒவ்வொரு கணத்தையும் ரஷ்யாவின் விடுதலைக்காகச் செலவிடப் போகி றேன். ஜார் ஆட்சியை அகற்றுவது மட்டுமே இனி என் வேலை. என் லட்சியம், என் கனவு எல்லாமே!

ஜார் ஆட்சிக்கு எதிராகப் போராடும் இயக்கங்கள் எங்கெங்கே இருக்கின்றன என்று தேடினார். எங்கெல்லாம் ரகசியக் கூட்டங்கள் நடக்கிறதோ, அங்கெல்லாம் சென்று கலந்துகொண்டார் ஜோசப்.

முதலில், தொழிலாளர்களை ஒன்றிணைக்க வேண்டும். அரசாங்கத்துக்கு எதிராக அவர்களைத் திரட்ட வேண்டும். நிறைய செய்ய வேண்டும். அசத்தலாகச் செய்ய வேண்டும். யார் இந்த ஜோசப் என்று எல்லோரும் திரும்பிப் பார்க்க வேண்டும். ஜார் உள்பட.

அதற்கு ஒரு வாய்ப்புக் கிடைத்தது.

பொதுவாக, ஜார்ஜியாவில் யாரும் மே தினத்தை கொண்டாடு வதில்லை. காலண்டரைக் கிழித்து விட்டு வேலையைப் பார்க்க போய் விடுவார்கள். காரணம், ஏப்ரல் இறுதியிலிருந்தே அரசாங்கம் கண்ணில் விளக்கெண்ணெய் ஊற்றிக் கொண்டு கண்காணிக்கத் தொடங்கிவிடும். சிவப்புச் சட்டை வேண்டாம், சிவப்பு கைக்குட்டை வைத்திருந்தாலே கதை முடிந்தது. அரசாங்கத்துக்கு எதிராகக் கலகம் செய்வதாகக் குற்றம் சுமத்தி, உள்ளே தள்ளிவிடுவார்கள்.

1890-ம் ஆண்டு மே தினத்தைச் சிறப்பாகக் கொண்டாடுவது என்று ஜோசப் முடிவு செய்தார். பெரிய வேலைதான். ஆபத்தான வேலையும் கூட. நான் குதிருக்குள் இல்லை என்று சத்தம் போட்டுச் சொல்லி மாட்டிக் கொள்ளும் முட்டாள்தனம். ஆனால், இப்படி ஏதாவது அதிரடியாகச் செய்தால் தொழிலாளர்களின் கவனத்தைச் சீக்கிரம் கவர முடியும். ரகசியக் கூட்டங்கள், ரகசிய துண்டுப் பிரசுரங்கள், ரகசிய எதிர்ப்புகள் போதாது. பட்டவர்த்தனமாகப் போராட வேண்டும்.

தவிரவும், தொழிலாளர்கள் பலருக்கு அவர்களுடைய உண்மையான நிலை என்ன என்றே தெரியவில்லை. ஒன்றாம் தேதி பிறந்தால் சம்பளம் கொடுக்கிறார்களே, போதாதா என்று நியாயம் கேட்டார்கள். ஒரு நாளைக்கு பதினைந்து மணி நேரம் வேலை செய்கிறாயே, ஞாயிறு, திங்கள் பார்க்காமல் வேலை செய்கிறாயே இது எந்த விதத்தில் நியாயம் என்று கேட்டால் பதில் இல்லை. தொழிலாளர்களாக இருந்தால் அவதிப்பட்டுத் தானே ஆக வேண்டும் என்ற விரக்தி, அவர்கள் மூளை எங்கும் படர்ந்திருந்தது.

இந்த விரக்தியை உடைக்க வேண்டும். போராட்டக் குணத்தை வளர்க்க வேண்டும்.

ஏப்ரல் மத்தியிலிருந்தே வேலையைத் தொடங்கிவிட்டார் ஜோசப். டிப்ளிஸ் பகுதியைச் சார்ந்த தொழிலாளர்களை நேரில் சென்று சந்தித்தார். மே தினத்தின் மகத்துவத்தை எடுத்துக் கூறினார். 'நீங்கள் மட்டுமல்ல, ஒட்டுமொத்த ஜார்ஜியாவும் போராடப் போகிறது' என்றார். அப்படியா என்று அவர்கள் வாயைப் பிளந்தார்கள். அப்படித் தான் என்றார் ஜோசப். அப்படித்தானா என்று அவருக்குத் தெரியாது.

மே 1. பொழுது விடியும் போதே, ஜோசப்புக்குத் தெரிந்துவிட்டது. இது முதல் போராட்டம் மட்டுமல்ல. வெற்றிகரமான ஒரு நல்ல தொடக்கமும் கூட.

சால்ட் லேக் (Salt Lake) பகுதியை நோக்கி தொழிலாளர்கள் அணி அணியாகத் திரளத் தொடங்கினர். சிலர், மார்க்ஸ், எங்கெல்ஸின் படங்களை உயர்த்திப் பிடித்துக் கொண்டிருந்தனர். கிட்டத்தட்ட

ஐந்நூறு பேர். மறைவான மலைப் பகுதியை அடைந்ததும் புரட்சிக் கீதம் இசைக்கப்பட்டது. ஜோசப் உரையாற்றினார்.

அடுத்து, வேலை நிறுத்தம். வலிமையான முழக்கங்கள் எல்லா இடங்களிலும் ஒலித்தன. 'தொழிற்சங்கங்களுக்கு அனுமதி வழங்கு. வேலை நேரத்தைக் குறை. சம்பளத்தை உயர்த்து. மொத்தத்தில், எங்களை மனிதர்களாக நடத்து!'

டிப்ளிசில் ஏற்பட்ட சிறிய தீப்பொறி, ஜார்ஜியா முழுவதுக்கும் பரவியது. ஆங்காங்கே வேலை நிறுத்தங்கள். ஆங்காங்கே கோஷங்கள். தொழிற்சாலைகளில். ரயில்வே நிலையங்களில். சாலைகளில்.

எப்படி, எப்போது பேசிக் கொள்வார்கள் என்று தெரியாது. குறிப்பிட்ட இடத்தில் கூடுவார்கள். பொதுக்கூட்டம் தொடங்கிவிடும். ஒவ்வொரு வராக வந்து உரையாற்றுவார்கள், விவாதிப்பார்கள். கூட்டம் தொடங்கி சில நிமிடங்கள் கழிந்த பிறகே ஜோசப் வருவார். கை நிறைய புத்தகங்கள் இருக்கும். கடைசி வரிசையில் சென்று அமர்ந்து கொள்வார். எல்லோரும் பேசி முடித்தபிறகு, இதற்கு முன்பு பேசியவர்கள் எழுப்பிய அத்தனைக் கேள்விகளுக்கும் ஒவ்வொன்றாக விடையளிப்பார். முத்தாய்ப்பாக, சில கருத்துக்களை முன் வைத்து விட்டு, போராட்டத்தின் அவசியத்தைக் கோடிட்டு காட்டிவிட்டு, மேடையை விட்டு இறங்கிவிடுவார்.

1900-ம் ஆண்டு, விக்டர் கர்னோதோவ்ஸ்கி (Victor Kurnotovsky) என்பவர் டிப்ளிஸ் நகருக்கு வந்து சேர்ந்தார். இவர் லெனினின் தீவிர ஆதரவாளர். லெனினுடன் நெருங்கிப் பழகியவரும் கூட.

ஜோசப்பின் இதயம் படபடத்தது. லெனினின் தோழர். அவரைச் சந்தித்துப் பேசினால் எப்படி இருக்கும்? லெனினைச் சந்தித்தவரை சந்தித்தேன் என்று சொல்லிக் கொள்ளலாமே!

சிவப்புப் புத்தகங்களை வாசிக்கத் தொடங்கியபோதே, ஜோசப், லெனினை தன்னுடைய ஆசானாக ஏற்றுக் கொண்டு விட்டார். லெனினின் எழுத்துகளை ஒன்று விடாமல் வாசித்ததால் வந்த வினை.

லெனின். இந்த ஒற்றைப் பெயர்தான் அவருடைய உந்துசக்தி. லெனினைப்போல் நிறைய வாசிக்க வேண்டும். லெனினைப் போல் எழுதவேண்டும். லெனினைப் போலவே இயங்க வேண்டும்.

கர்னோதோவ்ஸ்கியைச் சந்தித்துப் பேசினார். தனது கனவுகளை, திட்டங்களை ஆர்வத்துடன் அவரிடம் விவரித்தார். இருவருக்கும் ஒருவரை ஒருவர் பிடித்துப்போனது.

•

கண் மூடி கண் திறப்பதற்குள், 1901 மே தினம் நெருங்கிவிட்டது.

இந்த முறை ஜார் அரசாங்கம் முழு விழிப்புடன் இருந்தது. நகரங்கள், முக்கிய சாலைகள் மட்டுமல்ல. மலையடிவாரங்கள் கூட கண்காணிக் கப்பட்டன. நான்கு பேர் ஒன்றாக நின்று பேசினால் கூட மூக்கை நுழைத்து, 'என்ன விஷயம்?' என்று அதட்டினார்கள்.

சந்தேகத்துக்கு இடமான அத்தனை வீடுகளிலும் அதிரடிச் சோதனை. வீட்டில் எத்தனைப் பேர்? இளைஞர்கள் எத்தனைப் பேர்? எங்கே அவர்கள்? அலமாரிகளைத் துழாவினார்கள். புத்தகங்களைப் பிரித்துத் தேடினார்கள். அங்குலம் அங்குலமாக ஆராய்ந்தார்கள்.

ஜோசப்பின் வீட்டை நெருங்குவதற்கு, அவர்களுக்கு அதிக நேரம் பிடிக்கவில்லை. மிகப் பெரிய தீவிரவாதியைப் பிடிப்பதைப் போல் துப்பாக்கிகளோடு கும்பலாகக் குவிந்து விட்டார்கள்.

அப்போது பணிகளை முடித்துவிட்டு வீட்டுக்குத் திரும்பிக் கொண்டிருந்தார் ஜோசப். தெரு முனையைத் தொடும்போதே அவருக்கு விஷயம் தெரிந்துவிட்டது. சடாரென்று திரும்பி, வந்த வழியே நடக்க ஆரம்பித்துவிட்டார்.

அப்போதைக்குத் தப்பித்தாகிவிட்டது என்றாலும், காவல்துறை தன்னை குறி வைத்துத் தேடிக் கொண்டிருக்கும் என்று அவருக்கும் தெரியும். ஒவ்வொரு நண்பர் வீட்டிலும் மாறி மாறித் தங்கினார். காலை உணவு ஒரு வீட்டில், இரவு உணவு மற்றொருவர் வீட்டில். உடைகள், புத்தகங்கள் எதுவும் கையில் இருக்காது. கிடைப்பதை உடுத்திக் கொள்ள வேண்டும். கிடைத்ததைப் படித்துக் கொள்ள வேண்டும். கிடைத்த இடத்தில் சுருண்டு படுத்துக் கொள்ள வேண்டும்.

மே தினத்துக்கு இன்னமும் ஒரு வாரம்தான் பாக்கி.

வெளியில் தலை காட்டினால் பிரச்னை. அதற்காக, போர்வையைப் போர்த்திக் கொண்டு உள்ளேயே படுத்துக் கிடக்கவும் முடியாது. ரகசிய மாகவாவது மக்களிடம் தொடர்பில் இருக்கத்தான் வேண்டும். அப்போதுதான் மக்கள் திரள்வார்கள். சென்ற ஆண்டை விட, இந்த முறை கடுகளவாவது முன்னேறினால்தான் மரியாதை.

ஏப்ரல் 22-ம் தேதி, சோல்டாட்ஸ்கி பஜார் (Soldatsky Bazar) பகுதியில் இரண்டாயிரம் பேர் திரண்ட போது, அப்பாடா என்று பெருமூச்சு விட்டார் ஜோசப். ஆனால், இந்த மகிழ்ச்சி அதிக நேரம் நீடிக்கவில்லை. எங்கே எங்கே என்று கலகக்காரர்களை வலைவீசி தேடிக் கொண்டிருந்த காவல்துறையினர், மொத்தமாக இரண்டாயிரம் பேர் கூடியிருந்ததைக் கண்டு விக்கித்து நின்றார்கள்.

அலை போல் எழும்பும் சிறு எதிர்ப்பே அபாயகரமானது. எனில், இந்தச் சூறாவளியை என்ன செய்வது? துப்பாக்கி, லத்தி, கண்ணீர்ப் புகையோடு களத்தில் குதித்தார்கள். கண்ணில் படுபவர்களை, கையில் படுபவர்களை இழுத்துப் பிடித்துச் சாத்தினார்கள். ஐம்பதுக்கும் அதிகமானவர்கள் கைது செய்யப்பட்டனர். பலருக்கு பலத்த காயம்.

அடுத்து தன் தலைதான் என்று தெரிந்ததும் ஜோசப், கோரிக்குத் தப்பிச் சென்றார். ஒரே ஒரு மனநிறைவுதான் அவருக்கு. சென்ற முறையை விட இந்த முறை அதிகம் பேர் வந்திருந்தார்கள். இரண்டாயிரம் என்பது ஜார்ஜியாவுக்குக் குறைச்சல்தான். பாதகமில்லை. இது இரண்டாவது ஆண்டுதானே! பார்த்துக் கொள்ளலாம்.

லெனின் நடத்தி வந்த இஸ்க்ரா (Iskra) இதழில் ஒரு செய்தி வெளியானது.

'ஏப்ரல் 22 டிப்ளிசில் நடந்த சம்பவம், ரஷ்யா முழுவதுக்கும் வரலாற்றுச் சிறப்பு மிக்கதாகும். வெளிப்படையாக ஒரு புரட்சிகர இயக்கம் தொடங்கிவிட்டது என்பதையே இது காட்டுகிறது.'

மணி மணியான வார்த்தைகள். துள்ளிக் குதித்தார் ஜோசப். எத்தனைப் பெரிய அங்கீகாரம். 'லெனின் நடத்தும் ஒரு பத்திரிகை என்னைப் பாராட்டியிருக்கிறது. என்னுடைய முயற்சிகளை லெனின் அங்கீகரித்து விட்டார். எனில், நான் சென்று கொண்டிருப்பது சரியான பாதைதான்.'

அதேசமயம், சட்டத்துக்கு விரோதமாக ப்ரிட்ஸோலா (Brdzola) பத்திரிகை தொடங்கப்பட்டது. ப்ரிட்ஸோலா என்றால் போராட்டம். யாருக்கும் தெரியாமல் ஒரு பத்திரிகை நடத்துவது என்பது லேசுபட்ட காரியம் அல்ல. என்னதான் பார்த்துப் பார்த்துப் பிரதிகளை விநியோகித்தாலும், ஏதாவது ஓர் இடத்தில் சறுக்கிவிடும். காவல்துறை சும்மா இருக்காது. கஷ்டம்தான். எனவே, அச்சகத்தைத் தொடர்ந்து மாற்றிக் கொண்டே இருந்தார் ஜோசப்.

தலையங்கம் உள்ளிட்ட முக்கியக் கட்டுரைகளை எழுதும் பணி, ஜோசப் பினுடையது. இந்தப் புதிய பொறுப்பு ஜோசப்பை உற்சாகப் படுத்தியது.

புதிய வீச்சுடன் முதல் தலையங்கம் தயாரானது. மின்னல் போல் வெட்டும் வார்த்தைகள். இடிபோல் இடிக்கும் கருத்துகள்.

'தொழிலாளர்களே, எங்களிடம் வாருங்கள். ஒன்றுபட்டு போராடு வோம். அடிமை வாழ்க்கை இனி நமக்கு வேண்டாம். வேலை யிடத்தில், தொழிற்சாலையில், பண்ணைகளில், எங்கெல்லாம் ஒடுக்கு முறையைச் சந்திக்கிறீர்களோ, அங்கெல்லாம் போராடுங்கள். தனியாக

அல்ல. ஒட்டுமொத்தமாக. ஒற்றுமை மட்டுமே நம்மை உய்விக்கும். இறுதி வெற்றி நிச்சயம் நமக்குத்தான்!'

ஜார்ஜியா என்றில்லாமல், ரஷ்யா முழுவதுமுள்ள இயக்கங்களோடு கைகோத்துச் செல்ல ஆர்வமாக இருக்கிறோம் என்றார் ஜோசப். இஸ்க்ராவின் சிந்தனைகளோடு பரிபூரணமாக ஒத்துப்போனது ப்ரிட்ஸோலா.

லெனின், ஜோசப் இருவரும் ஒரே புள்ளியில் இணைந்தது அப்போது தான். ஆனால், இருவருக்கும் அப்போது அந்த விஷயம் தெரியாது.

•

பிப்ரவரி 1902. ரோத்சில்ட் (Rothchild) என்னும் எண்ணெய் சுத்திகரிப்பு நிலையத்தில், மாபெரும் வேலை நிறுத்தப் போராட்டம் தொடங்கியது. சுமார் ஆறாயிரம் பேர் கவர்னர் அலுவலகத்தின் முன் திரண்டனர்.

தொழிலாளர்களின் பிரச்னை என்ன, எதற்காக அவர்கள் இப்படித் திரண்டு வருகிறார்கள் என்பதைப் பற்றித் துளியும் யோசிக்காமல் துப்பாக்கியோடு அந்தக் கூட்டத்தை எதிர்கொண்டது காவல்துறை. எடுத்தவுடனே துப்பாக்கிச் சூடுதான். அடுத்தடுத்து பதினைந்து பேர். அங்கேயே சுருண்டு விழுந்து இறந்தார்கள். ஐம்பதுக்கும் மேற்பட்ட வர்கள் கைது செய்யப்பட்டனர்.

இந்த முறை ஜோசப்பால் தப்பிச் செல்ல முடியவில்லை.

1902, ஏப்ரல் 6-ம் தேதி ஜோசப் கைது செய்யப்பட்டார். பிடித்துச் சென்று சிறையில் தள்ளினார்கள்.

முதல் சிறைப் பிரவேசம்.

காலையில் சீக்கிரம் எழுந்து உடற்பயிற்சிகள் செய்தார். பகல் பொழுது முழுவதும் புத்தகங்களை வாசிப்பதில் செலவிட்டார். சிறை அதிகாரி களிடம் பேச்சுக் கொடுத்து செய்திகளைத் தெரிந்து கொண்டார். ஜார்ஜியாவில் என்ன நடக்கிறது? லெனின் என்ன செய்து கொண்டிருக் கிறார்? சமீபத்தில் ஏதாவது பேரணி, கடையடைப்பு நடந்ததா? செய்தித் தாள்கள் எங்கே? தர மாட்டீர்களா? முக்கிய நிகழ்வுகளை மட்டுமாவது சொல்லுங்களேன்.

1903-ம் ஆண்டு சைபீரியாவுக்குக் கொண்டுச் சென்றார்கள். ஜோசப்பை விடுதலை செய்ய அவர்களுக்கு மனமில்லை. வெளியில் விட்டாலும் எப்படியும் மைக் பிடித்து பேசத்தான் போகிறார். அதற்கு, பேசாமல் நாடு கடத்திவிடலாம். கலகக்காரர்களை ஒடுக்க சைபீரியாவை விட்டால் வேறு நாதியில்லை. அங்குள்ள நோவயா உதா (Novaya Uda)

என்னும் கிராமத்தில் ஜோசப்பைக் கொண்டு வந்து இறக்கினார்கள். ஒழுங்காக இங்கேயே அடங்கி இரு. மீறினால் மீண்டும் சிறை.

மிகச் சரியாக அப்போதுதான் லெனினிடமிருந்து ஜோசப்புக்கு ஒரு கடிதம் வந்தது. எப்படி இருக்கிறீர்கள்? வேளா வேளைக்குச் சாப்பாடு போடுகிறார்களா? சைபீரியாவில் குளிர் எப்படி? போன்ற சம்பிரதாய மான கேள்விகளைச் சுமந்து வரும் கடிதம் அல்ல அது.

ஜோசப்புக்குத் தெளிவான செயல்திட்டம் ஒன்றை வரைந்து கொடுத் திருந்தார் லெனின். கட்சியைப் பற்றி. அரசியலைப் பற்றி. ஜோசப் இனி என்ன செய்ய வேண்டும் என்பது பற்றி. மிகவும் சுருக்கமான குறிப்பு தான். ஆனால், ஜோசப்பின் எதிர்காலத்தை நிர்ணயிக்கும் குறிப்பு.

செய்தி ஏற்படுத்திய பரவசத்தைவிட, அந்தச் செய்தியை லெனின் அனுப்பியிருக்கிறார் என்னும் உணர்வு ஏற்படுத்திய பரவசம் அதிகம்.

'தைரியமாகப் போராடு. நாங்கள் இருக்கிறோம்!'. யார் சொன்னது? லெனின். போதாது?

அதற்குப் பிறகு அந்த சைபீரிய அத்துவானக் காட்டில் காவல்துறைக்குப் பயந்து ஒளிந்து கிடக்க ஜோசப்புக்கு மனம் ஒப்பவில்லை.

1904. ஜனவரி 5-ம் தேதி சத்தம் போடாமல் சைபீரியாவிலிருந்து தப்பித்து, காக்கஸஸுக்கு (Caucasus) வந்து சேர்ந்தார் ஜோசப்.

4. காகிதங்கள் அல்ல ஆயுதங்கள்!

ஜார்ஜியாவுக்கு ஜோசப். ஒட்டுமொத்த ரஷ்யாவுக்கு லெனின்.

ஜார் ஆட்சியை ஒழித்துக் கட்டுவதையே தன் வாழ்நாள் பணியாக ஏற்றுக் கொண்டு இயங்கி வந்தவர் லெனின். சிந்திக்கத் தொடங்கிய பருவத் திலிருந்தே அவர் ஓர் ஏகாதிபத்திய எதிர்ப்பாளர். அவருடைய சகோதரன் அலெக்ஸாண்டர் உல்யானா, அரசாங்கத்தை எப்படியாவது கவிழ்க்க வேண்டும் என்கிற ஆசையில், சிறு வயதில், கொஞ்சம் விபரீத மாகச் சிந்தித்து, ஜார் வரும் வழியில் வெடிகுண்டு வீசத் திட்டம் தீட்டினார். கண்டுபிடித்து தூக்கில் ஏற்றிவிட்டார்கள். லெனினின் மனத்தில் ஆழமாகப் பதிந்து போனது இந்தச் சம்பவம்.

அலெக்ஸாண்டரைப்போல் அவசரப்படாமல் தொழிலாளர்கள், மக்கள் அத்தனைப் பேரையும் ஒன்றுபடுத்தி ஜார் அரசைக் கவிழ்க்க விரும்பினார் லெனின். படித்தது வக்கீலுக்கு. ஆனால் நாட்டம் என்னவோ புரட்சியின் மீதுதான்.

ஜார் அரசாங்கம் விட்டு வைக்குமா? டிசம்பர் 1893-ல் லெனினைக் கைது செய்து, பதினான்கு மாதங்கள் சிறை வைத்தார்கள். பிறகு, சைபீரியாவுக்கு நாடு கடத்தினார்கள். ஜோசப்புக்கு நிகழ்ந்த அதே கதிதான். 1900 வரை சைபீரியாவில் சிறைவாசம்.

பிறகு ஜெனீவா, லண்டன், முனிச் என்று ஐரோப்பா முழுவதும் சுற்றி வந்தார். சுற்றிப் பார்ப்பதற்கோ ஓய்வெடுப்பதற்கோ அல்ல இந்தப் பயணங்கள்.

அடுத்தடுத்தப் போராட்டங்களுக்குத் தன்னைத் தயார் படுத்திக்கொள் வதற்குத்தான். நிறைய வாசித்தார். நிறைய எழுதினார். துல்லியமாகத் திட்டமிட்டார். கண்கள் நிறைய கனவுகள் கண்டார்.

Russian Social Democratic Labour Party (RSDLP) என்னும் கட்சியில் இணைந்து தீவிரமாகப் பணியாற்றினார். ஆகஸ்ட் 1903-ல் பிரஸ்ஸல்ஸ் மற்றும் லண்டனில், கட்சியின் மாநாடு நடைபெற்றபோது, கட்சி இரண்டாகப் பிளந்தது.

ஒரு பக்கம் லெனின், அவரது சகாக்கள். மற்றொரு பக்கம் ஜூலியஸ் மார்டோவ் (Julius Martov) மற்றும் அவரது சகலபாடிகள். அதிகாரத்தைக் கைப்பற்றுவது ஒரே குறிக்கோள். அதிகாரத்தைக் கைப்பற்ற வேண்டு மானால், கட்சி வளர வேண்டும். கட்சி வளர வேண்டுமானால் ஆள்கள் நிறைய சேர வேண்டும். கட்சியில் யாரை சேர்த்துக் கொள்ளலாம், யாரை சேர்த்துக் கொள்ளக் கூடாது. பிரச்னைக்கு வித்திட்ட விஷயம் இதுதான்.

'அனுதாபிகள் அத்தனைப் பேரையும் கட்சியில் இணைத்துக் கொள் வதால், எந்தப் பயனும் கிடையாது. தேர்ந்தெடுக்கப்பட்ட சில தீவிர புரட்சியாளர்களை மட்டுமே சேர்த்துக் கொள்ளப்பட வேண்டும். அப்போதுதான் தீர்க்கமாகப் போராட முடியும்' லெனின் தரப்பு வாதம் இது.

'அதெல்லாம் கிடையாது. யாரை வேண்டுமனாலும் கட்சிக்குள் சேர்த்துக் கொள்ளலாம். அப்போதுதான் கட்சி வளரும்!' - இது ஜூலியஸ் மார்டோவின் வாதம்.

வாக்குவாதம் வளர்ந்து, இறுதியில் இருவரும் இரு வேறு அணிகளாகப் பிரிந்து நின்றனர். லெனின் தரப்பு ஆள்கள் போல்ஷ்விக்குகள் (Bolshe-viks) என்று அழைக்கப்பட்டனர். மற்றவர்கள், மென்ஷ்விக்குகள் (Mensheviks). இருவரது போராட்ட வழிமுறைகளும் வெவ்வேறு. போல்ஷ்விக்குகளைப்போல், அத்தனை தீவிரமானவர்கள் அல்லர் மென்ஷ்விக்குகள்.

இருவருக்கும் பின்னால் ஆள்கள் திரண்டனர். ஜார்ஜி பிளக்கானோவ் (Georgy Plekhanov) மென்ஷ்விக்குகளுடன் சேர்ந்துகொண்டார். இவரும் வேண்டாம் அவரும் வேண்டாம் நான் தனியாக நிற்கிறேன் என்றார் லியான் ட்ராட்ஸ்கி. பிறகு 1917 புரட்சிக்கு முன்பு, இவர் லெனினுடன் இணைந்து கொண்டார்.

மொத்தத்தில், மெஜாரிட்டி என்று பார்த்தால், போல்ஷ்விக்குகள்தான்.

ஜார்ஜியாவில் அதிக செல்வாக்குப் பெற்றிருந்தவர் நோய் ஷோர் தோனியா (Noi Zhordania). இவர் ஒரு மென்ஷ்விக் ஆதரவாளர். தனது

செல்வாக்கைப் பயன்படுத்தி ஜார்ஜியா முழுவதையும் தன் பக்கம் திருப்பினார்.

கட்சி பிளந்ததும், மென்ஷ்விக்குகள், போல்ஷ்விக்குகளுக்கு எதிராகத் தீவிரமாகப் பிரசாரம் செய்ய ஆரம்பித்தனர். இஸ்க்ரா பத்திரிகை ஆசிரியர் குழுவிலிருந்து லெனின் விலகிக் கொண்டார். நாம் என்ன செய்ய வேண்டும்? (What is to be done?) என்னும் புகழ்பெற்ற நூலை, லெனின் எழுதியது அப்போதுதான். போல்ஷ்விக்குகளின் பைபிளாக இந்நூல் மாறியது. தவிரவும், இதற்கு முன்னால் ரஷ்யாவில் வேறு எந்தவொரு புத்தகமும் இந்த அளவுக்குப் பரபரப்பையும் எழுச்சியையும் ஏற்படுத்தியதில்லை.

லெனின் எவ்வழியோ ஜோசப்பும் அவ்வழியே.

லெனினையும் போல்ஷ்விக்குகளையும் பட்டவர்த்தனமாக ஆதரித்து கட்டுரைகள் எழுதினார் ஜோசப். லெனின் மீது அவ்வப்போது தாக்குதல் தொடுத்துக் கொண்டிருந்த பிளாக்கானோவை விமர்சித்தார். தான் கலந்துகொள்ளும் அத்தனைப் பொதுக்கூட்டங்களிலும் லெனினைப் போற்றிப் பேசினார். 'மென்ஷ்விக்குகளை யாரும் பின்பற்றாதீர்கள். அவர்கள் வழியில் சென்றால், சாமியாரைப் போல் அமைதியாக மந்திரம் ஓதிக்கொண்டு உட்கார்ந்திருக்க வேண்டியது தான். நமக்குத் தேவை துடிப்பு, தீரம், போராட்ட குணம். லெனினிடம் செல்லுங்கள். அவர் நம்மை வழிநடத்துவார்!'

கிட்டத்தட்ட போல்ஷ்விக் கட்சியின் அறிவிக்கப்படாத பிரதிநிதி யாகவே மாறிப் போனார் ஜோசப்.

போல்ஷ்விக் கட்சி, அழுத்தம் திருத்தமாக வளர்ந்து கொண்டிருந்தது. இணைந்து பணியாற்ற, போராட்டத்துக்கு தோள் கொடுக்க முன் வருபவர்கள் மட்டுமே கட்சியில் இணைத்துக் கொள்ளப்பட்டனர்.

ஒரு நிமிடம் கூட ஓய்வெடுத்துக் கொள்ளவில்லை ஜோசப். ஜார்ஜியா முழுவதும் பம்பரம் போல் சுற்றினார். மற்றொருபுறம், லெனின் மற்றும் போல்ஷ்விக் கட்சி. மூலை முடுக்கு விடாமல் அத்தனை இடங்களிலும் கூடி மக்களிடம் பேசினார்கள். பல பகுதிகளில் கொந்தளிப்பு அலைகள். தொடர்ச்சியாக வேலை நிறுத்தங்கள். பேரணிகள். ஆர்ப்பாட்டங்கள்.

குறிப்பாக, ஜனவரி 3, 1905-ல் செயின்ட் பீட்டர்ஸ்பர்க் நகரிலிருந்த புடிலோவ் வொர்க்ஸ் என்ற தொழிற்சாலையில் நடைபெற்ற வேலை நிறுத்தம் பிரும்மாண்டமானது. நான்கு தொழிலாளர்களைத் திடீரென்று வேலையிலிருந்து நிறுத்தியதுஇந்த வேலை நிறுத்தத்தைத் தூண்டி விட்டது.

இந்த வேலை நிறுத்தம், விரைவில் பிற பகுதிகளுக்கும் பரவியது. சிறிய தொழிற்சாலை, பெரிய தொழிற்சாலை, மில்கள் என்று அத்தனை இடங்களிலும் பரவியது. விரைவில், ஒரு மிகப் பெரும் பொது வேலை நிறுத்தமாக, பெரும் இயக்கமாக வளர்ந்தது.

ஜனவரி 9, 1905. அதிகாலை. ஐஸ் பனி தூறிக் கொண்டிருந்தது.

செயின்ட் பீட்டர்ஸ்பர்க் அதுவரை அத்தனைப் பெரிய மக்கள் திரளைக் கண்டதில்லை. வரலாறு காணாத என்பார்களே அப்படி ஒரு கூட்டம். வரிசை வரிசையாக ஒருவர் பின் ஒருவராக முன்னேறினார்கள். மொத்தம் ஒரு லட்சத்து நாற்பதாயிரம் பேர். அத்தனைப் பேரும் தொழிலாளர்கள். குடும்பத்தினருடன், குழந்தை குட்டிகளுடன் திரண்டிருந்தார்கள். சிலர் பெரிய பதாகைகளில் ஜாரின் உருவப் படத்தைச் சுமந்திருந்தனர்.

ஜாரின் குளிர்கால அரண்மனையை அடைந்ததும் எல்லோரும் அமைதியாக நின்றனர். இந்த ஊர்வலத்துக்குத் தலைமைத் தாங்கு வதுபோல், முன்னால் நின்று கொண்டிருந்தார் மதகுரு கோபன்.

'தொழிலாளர்களே, யாரும் கவலைப்பட வேண்டாம். நிகோலஸ் நல்லவர். முந்தைய ஜார் மன்னரைப் போல் இல்லை இவர். நம்முடைய மனுக்களை அவரிடம் கொடுக்கலாம். குறைகளைச் சொல்லலாம். நிச்சயம் நமக்கு அவர் நல்வழி காட்டுவார்'.

மக்கள் தலையாட்டினர். சட்டைப் பாக்கெட்டில் செருகி வைத்திருந்த மனுக்களை ஒருமுறை தொட்டுப் பார்த்துக் கொண்டனர்.

ஜார் மன்னர் மீது அவர்களுக்கு நம்பிக்கை இருக்கிறதோ இல்லையோ கோபன் பாதிரியார் மீது அவர்களுக்கு நம்பிக்கை இருந்தது. தவிரவும், ஜாரிடம் மனு கொடுக்க மட்டும்தானே முடியும். வேறு என்ன செய்துவிட முடியும்? மரியாதையாக எங்கள் வேலை நேரத்தைக் குறையுங்கள், பண்ணையடிமை முறையை மாற்றுங்கள் என்று மிரட்டவா முடியும்? என்னதான் இருந்தாலும் மன்னர். அடித்தாலும் உதைத்தாலும் அவர்தான்.

சில புரட்சிகர அமைப்புகள் ஆங்காங்கே முளைத்திருப்பது உண்மை தான். பேச வேண்டாம், போராடலாம் என்று இவர்கள் அறைகூவல் விடுப்பதும் உண்மைதான். ஆனால்? போராட்டம் என்று அவர்கள் சொல்வது எதை? நம்மை என்ன செய்ய வேண்டும் என்று அவர்கள் எதிர்பார்க்கிறார்கள்? துப்பாக்கியில் ரவைகளை நிரப்பிக் கொண்டு அரண்மனைக் கதவுகளை உடைத்து ஜாரை சுட்டுத் தள்ள வேண்டும் என்றா? இதோ, இப்போது கூட, போல்ஷ்விக்குகள் போக வேண்டாம் என்றுதான் தடுத்தனர். ஜாரிடம் பேசிப் பிரயோஜனமில்லை, அவரிடம்

மனு கொடுப்பது வீண், ஆபத்தானதும்கூட என்றுதான் எச்சரித்தனர். ஆனால் வேறு வழியில்லை.

கோபன் பாதிரியார் சொல்வதைக் கேட்பதே மேல். இதோ அரண்மனை வாசலுக்கு வந்து விட்டார்கள்.

பனி மழை தீவிரமடைந்தது.

'ஜார் நம்மை வந்து பார்ப்பாரா?'

'நிச்சயம் வருவார். அமைதியுடன் காத்திருப்போம். இத்தனைப் பெரிய கூட்டத்தை அவரால் உதாசீனம் செய்ய முடியாது!'

ஜார் சோம்பல் முறித்துக் கொண்டே ஜன்னல் கதவைத் திறந்து எட்டிப் பார்த்தார்.

'ஆ! மக்களே, இத்தனை அதிகாலையில் இங்கே வந்துவிட்டீர்களா? அதுவும் இத்தனைப் பெரிய கூட்டமாக. உங்களுக்கு என்னதான் வேண்டும்? ஏன் இப்படி வந்து வந்து என்னை தொந்தரவு செய்கிறீர்கள். சரி. காத்திருங்கள். காபி குடித்துவிட்டு வருகிறேன்!'

அரண்மனை கதவு திறந்துவிடப் பட்டது. அத்தனை தொழிலாளர்களும் உற்சாகத்துடன் உள்ளே நுழைந்தனர்.

அடுத்த நிமிடம், தயாராக இருந்த ராணுவத்தினர் சரமாரியாகச் சுடத் தொடங்கினர். காட்டுத்தனமாகச் சுட்டார்கள். யார் என்ன என்றெல் லாம் பார்க்க அவகாசமில்லை. சுடச் சொல்லி உத்தரவு. சுட்டார்கள். கிட்டத்தட்ட கண்களை மூடிக்கொண்டு. அத்தனை அருகிலிருந்து சுட்டதால், ஒரு குண்டு கூட வீணாகவில்லை. கும்பல் கும்பலாக மக்கள் சரிந்து விழுந்தனர். பத்து, நூறு, ஆயிரம். சில மணி நேரங்களில், ஆயிரத்துக்கும் அதிகமானவர் இறந்து போனார்கள். ஆண்கள், பெண்கள், குழந்தைகள். அத்தனைப் பேரும்.

செயின்ட் பீட்டர்ஸ்பர்க் நகரம் முழுவதும் ரத்த ஆறு. நகரம் எங்கும் ஒப்பாரி, ஓலம். யுத்தம் நடந்து முடிந்த இடம் போல் காட்சியளித்தது அரண்மனை வாசல்.

ரஷ்யா திமிறி எழுந்தது.

மனு கொடுக்க வந்தால் துப்பாக்கிச்சூடு. நிராயுதபாணிகள் மீது கொலைவெறித் தாக்குதல். புரட்சி, போராட்டம் எதுவும் வேண்டாம் என்று அமைதியாக ஊர்வலம் சென்றால் வன்முறை வெறியாட்டம்.

அதிர்ச்சியளிக்கக் கூடிய மற்றொரு விஷயமும் வெளிவந்தது. உண்மையில், இந்த கோபன் பாதிரியார் ஒரு ஜார் ஆதரவாளர்.

காவல்துறையின் கையாளும் கூட. வேலை நிறுத்தத்தைத் தொழிலாளர்கள் கைவிட வேண்டும் என்பதற்காக, இவரது உதவியை நாடியிருக்கிறார்கள். இந்தப் போலி பாதிரியாரும் நயவஞ்சகமாகப் பேசி, தொழிலாளர்களை அரண்மனைக்குக் கூட்டி வந்திருக்கிறான்.

ஆக, ஒரு விஷயம் தெளிவாகப் புரிந்து போனது. ஜார் போன்ற ஒரு மிருகத்தை சாத்வீகமான முறையில் சமாளிக்க முடியாது. புரட்சி மட்டுமே ஒரே வழி.

இந்தக் களேபரத்தில் தொழிலாளர்கள் கொண்டு வந்த மனு, குப்பை யோடு குப்பையாக அள்ளி வெளியில் வீசப்பட்டது.

சரித்திரத்தில் பதிவு செய்யப்பட்ட அந்த உருக்கமான மனு இதுதான்.

'செயின்ட் பீட்டர்ஸ்பர்க் தொழிலாளிகளாகிய நாங்கள், பெருமை தாங்கிய சக்கரவர்த்தியாகிய தங்களிடம் ஒரு விண்ணப்பத்தைச் சமர்ப்பிக்க வந்திருக்கிறோம்.

எங்கள் மனைவி, குழந்தைகள், வயதான பெற்றோர் அத்தனைப் பேரையும் கையோடு அழைத்து வந்திருக்கிறோம்.

எங்களுக்குச் சத்தியமும் பாதுகாப்பும் தேவை. நாங்கள் வறுமை நோயால் பாதிக்கப்பட்டிருக்கிறோம். நாங்கள் ஒடுக்கப்பட்டவர்கள்.

நாங்கள் அவமதிப்புக்கும், அவமானத்துக்கும் ஆளாகிறோம். நாங்கள் மனிதர்களாக நடத்தப்படவில்லை. பொறுத்துப் பொறுத்துப் பார்த்து அலுத்துவிட்டது.

ஏழைமை என்னும் படு குழியில், நரகத்தில், அறியாமை என்னும் சகதியில் சிக்கித் திணறிக் கொண்டிருக்கிறோம். எங்களுடைய குரல் வளை நெறிக்கப்படுகிறது. எங்களுடைய பொறுமை, எல்லையைக் கடந்துவிட்டது. இந்தச் சகிக்க முடியாத துயரங்களைப் பொறுத்துக் கொண்டிருப்பதைவிட, சாவதே மேல் என்று சொல்லும் படியான நேரம் வந்துவிட்டது.'

ரஷ்ய சரித்திரத்தில் நீங்காத வடுவாகப் பதிந்து போன இந்த ஜனவரி 9 தினத்தை, பின்னாள்களில் 'ரத்த ஞாயிறு' என்று அழைக்கத் தொடங் கினார்கள்.

●

இரும்புக் குழம்பாகக் கொதித்துக் கொண்டிருந்தார் ஜோசப்.

ரத்த ஞாயிறு சம்பவத்தின் மூலம் தனக்கான சவக்குழியை ஜார் தானாகவே தோண்டிக் கொண்டு விட்டார். அவரையும் அவரது அராஜக

அரசையும் அந்தக் குழியில் தள்ளி மண்ணைப் போட்டு மூடுவது மட்டும்தான் இனி செய்ய வேண்டியது.

மக்கள் கொதித்துக் கொண்டிருக்கும் இந்தத் தருணம், மிக முக்கிய மானது. இந்தக் கோபம் அத்தனையும் ஒன்று சேர வேண்டும். ஒரே அணியில் திரள வேண்டும். ஒரே சக்தியாக மாற வேண்டும். அப்போது தான் புரட்சி வெடிக்கும்.

மக்கள் காகிதங்களை மட்டுமே சுமந்து சென்றதால்தான் காக்கை, குருவிகளைப் போல் அவர்களைச் சுட்டுத் தள்ளிவிட்டார்கள். அவர் களுக்குத் தேவை ஆயுதங்கள்.

லெனினின் மனத்தில் ஓடிக் கொண்டிருந்த சிந்தனையும் இதுதான்.

●

1905, டிசம்பர் மாதம். லெனின் தலைமையில் ஃபின்லாந்தில் போல்ஷ்விக் கட்சி மாநாடு கூடியது. ஜோசப்புக்கும் அழைப்பு அனுப்பப்பட்டிருந்தது. ஜோசப் உற்சாகத்துடன் கிளம்பிச் சென்றார். ஃபின்லாந்தைத் தொட்டதுதான் தாமதம். ஜோசப்புக்குக் குறுகுறுப்பு. லெனின் எங்கே? லெனின் எங்கே?

சந்தித்தபோது, திகைப்புடன் அப்படியே நின்றுவிட்டார். இவரா லெனின்? ஆஜானுபாகுவாக, கம்பீரமாக இருப்பார் என்றல்லவா நினைத்தேன். இத்தனை குள்ளமானவரா அவர்? இத்தனைச் சாதாரண மானவரா? ரஷ்யா முழுவதும் சலசலப்பை ஏற்படுத்தி வரும் தலைவர் லெனின், இவரா?

கட்சி என்ன செய்ய வேண்டும், மக்களை எப்படி வழிநடத்த வேண்டும், உடனடியாகச் செய்து முடிக்க வேண்டிய பணிகள் என்னென்ன, அதற்கு யார் யாரெல்லாம் பொறுப்பு? அத்தனை விஷயங்களும் விவாதிக் கப்பட்டன. லெனின் தனது கருத்துகளை தெளிவாக முன்வைத்தார். தீர்க்கமான, நன்கு ஆராயப்பட்ட செயல்திட்டத்தை அவர் முன் வைத்தார்.

ஜோசப், லெனினை வைத்த கண் வாங்காமல் பார்த்துக் கொண் டிருந்தார். லெனின் என்னிடம் பேசுவாரா? என்னை அவருக்கு நினைவில் இருக்குமா? அவருடன் கை குலுக்கலாமா?

லெனின் புன்னகையுடன் ஜோசப்பை நெருங்கினார்.

'பிறகு, ஜார்ஜியா எப்படி இருக்கிறது?'

ஒரே வாக்கியம். தடுமாறிவிட்டார் ஜோசப். என்ன சொல்வது என்றே அவருக்குத் தெரியவில்லை. மென்று விழுங்கி எதையோ சொன்னார். லெனின் தலையை அசைத்துக் கொண்டே நகர்ந்துச் சென்றுவிட்டார்.

எத்தனைப் பெரிய விஷயம்!

சிறிது உலாவிவிட்டு வரலாம் என்று உற்சாகத்துடன் அறைக்குக் கிளம்பினார். அப்போது, ஃபின்லாந்தில் பனி பொழிந்து கொண்டிருந்தது. ஜோசப் தனது மோல் கோட்டை அணிந்து கொண்டு டேமர்ஃபோர்ஸ் வீதியில் இறங்கி நடந்தார்.

தெருவின் ஒரு திருப்பத்தில் லெனினைக் கண்டுகொண்டார் ஜோசப். கோட், மேல் அங்கி, தொப்பி என்று உடல் முழுவதும் மறைந்திருந் தாலும், அவர் லெனின்தான் என்று ஜோசப்புக்குத் தெரிந்துவிட்டது.

விரைவாக நடந்து லெனினை நெருங்கினார் ஜோசப்.

'ஆ! நீங்களா, வாருங்கள்' என்றார் லெனின்.

பிறகு, இருவரும் ஒன்றாக நடக்க ஆரம்பித்தனர். லெனின் அதிகம் பேசவில்லை. லெனினிடம் என்ன பேசுவது என்று ஜோசப்புக்குத் தெரியவில்லை. அவருடன் நடந்து போகும்போதுதான் தெரிந்தது. லெனினைவிட நான் உயரமாக இருக்கிறேன். இந்த நினைப்பே ஜோசப்பை சங்கடப்படுத்தியது.

அறைக்குத் திரும்பிய பிறகும் பல மணிநேரம் நடுங்கிக் கொண்டி ருந்தார் ஜோசப்.

அடுத்த நாள், லெனினே ஜோசப்பைத் தேடி அவரது அறைக்கு வந்தார்.

'கொஞ்சம் நடக்கலாம் வாருங்களேன்.'

ஒரு வார்த்தையும் பேசாமல் அப்படியே கிளம்பிவிட்டார் ஜோசப்.

இந்த முறை லெனின் நிறையப் பேசினார். ரஷ்யாவின் எதிர்காலம் பற்றி. கட்சி நடவடிக்கைகள் பற்றி. மென்ஷ்விக்குகள் நடத்தி வரும் தாக்குதல் பற்றி. ஜார் பற்றி. எல்லாவற்றுக்கும் மேலாக, தனது கனவுகளைப் பற்றி விலாவாரியாகப் பேசினார் லெனின்.

மாநாடு முடிந்தது. ஃபின்லாந்தைவிட்டு வெளியேறி பீட்டர்ஸ் பெர்க்கை நோக்கிப் பயணிக்க ஆரம்பித்தார்கள். லெனின் ஜோசப்பை அழைத்தார்.

'ஒன்று சொல்ல மறந்துவிட்டேன். உங்களுடைய கட்டுரைகளை நான் வாசித்துக் கொண்டிருக்கிறேன். ஒரே ஒரு திருத்தம் மட்டும் செய்தால் நன்றாக இருக்கும் என்று தோன்றுகிறது.'

'என்ன, சொல்லுங்கள்?'

'உங்களுடைய பெயரை எப்படி எழுதுகிறீர்கள்?'

'ஜோசப் இவானோவிச்.'*

அருகிலிருந்த தோழர் லெனினிடம் திரும்பினார்.

'ஜோசப் என்பதைவிட, கோபா என்று அழைத்தால்தான் இவருக்குப் பிடிக்கும். அந்தப் பெயரிலும் நிறைய எழுதியிருக்கிறார்.'

லெனின் புன்னகைத்தார்.

'கோபா நல்ல பெயர்தான். ஆனால் உங்கள் எழுத்திலுள்ள வலிமையை வெளிப்படுத்தக்கூடிய பெயராக அது இல்லை.'

சொல்லிவிட்டு ஏதோ யோசனையில் ஆழ்ந்து போனார் லெனின். சிறிது நேரம் கழித்து, திடீரென்று திரும்பினார்.

'உங்களை ஏன் ஸ்டாலின் என்று அழைக்கக் கூடாது?'

ஜோசப் சலனமற்று நின்று கொண்டிருந்தார்.

'ஸ்டாலின், இரும்பு மனிதர். இந்தப் பெயர் உங்களுக்குச் சரியாக இருக்கும் என்று நினைக்கிறேன்' என்றார் லெனின்.

ஜோசப் அந்தப் புதிய பெயரை தனக்குள் ஒரு முறை சொல்லிப் பார்த்துக் கொண்டார். லெனின் வைத்த பெயர்தான். ஆனாலும், ஏனோ அவருக்கு அந்தப் பெயர் பிடிக்கவில்லை. ஆனாலும், அந்த விநாடி முதல் அவரை அப்படித்தான் எல்லோரும் அழைக்கத் தொடங்கினார்கள்.

---

* ஸ்டாலினின் முழுப்பெயர் Joseph Vissarionovich Dzhugashvili

5. நண்பர்கள், எதிரிகள்!

ஜூன் 1906-ல் எகாதெரினா ஸ்வானிட்ஸே (Ekaterina Svanidze) என்பவரைத் திருமணம் செய்துகொண்டார் ஸ்டாலின். இவர் டிடி லிலோ (Didi Lilo) கிராமத்தைச் சேர்ந்தவர். இவரது சகோதரரும் ஸ்டாலினும் மதகுருப் பள்ளியில் ஒன்றாகப் படித்தவர்கள். இவரது தந்தை ரயில்வேயில் பணிபுரிந்தவர். ஜார் எதிர்ப்பாளர்.

எகாதெரினாவுக்கு அரசியல் கருத்து என்று தனியாக எதுவுமில்லை. நிம்மதியான வாழ்க்கை. படுத்தவுடன் தூக்கம். புரட்சி, புரட்சி என்று சதா கனவு கண்டு கொண்டிருக்கும் ஓர் இளைஞரை, தான் மணந்திருக் கிறோம் என்று அவர் அறிந்து இருக்கவில்லை.

பார்ப்பதற்கு நன்றாக இருக்கிறார். அடிக்கடி பத்திரிகை ஆபீஸுக்குப் போய் வருகிறார். கூட்டங் களில் கலந்து கொள்கிறார். பேசுகிறார். இவைதான். இவை மட்டும்தான் அவருக்குத் தெரியும்.

1908-ம் ஆண்டு இவர்களுக்கு ஒரு குழந்தை பிறந்தது. பெயர் யாகோ. ஸ்டாலினின் திருமண வாழ்க்கை இரண்டு ஆண்டுகள் மட்டுமே நீடித்தன. 1910-ல் எகாதெரினா விஷக் காய்ச்சல் வந்து இறந்து போனார். தன் வாழ்நாளில் ஸ்டாலின் கதறியழுதது அதுதான் முதல் முறை. குழந்தை யாகோவை கவனித்துக் கொள்ளும் பொறுப்பை எகாதெரினா வின் சகோதரி ஏற்றுக் கொண்டார்.

•

ஸ்டாலினின் முழு கவனமும் இப்போது கட்சிப் பணிகளில்தான். போல்ஷ்விக் கட்சி வளர

வேண்டும். மென்ஷ்விக்குகள் அவ்வப்போது கொடுக்கும் தொந்தரவு களைச் சமாளிக்க வேண்டும்.

தவிரவும், தொழிலாளர் பிரச்னையைத் தீர்ப்பது மிகவும் முக்கியம். மனத்தளவில் அவர்கள் மிகவும் சோர்ந்திருக்கிறார்கள். போராட்டக் குணம் இல்லை. குரலை உயர்த்தவே பயப்படுகிறார்கள். சம்பளம் கேட்க பயம். நேரமாகிவிட்டது இனி என்னால் வேலை செய்ய முடியாது என்று சுவிட்சை அணைத்துவிட்டு வெளியேற பயம்.

தொழிலாளர் சங்கம் அமைப்பதுதான் ஒரே வழி. ஆனால் அதற்கும் முன்வரவேண்டுமே! பயந்து பயந்து கதவுக்குப் பின்னால் ஒளிந்தால் என்ன செய்வது?

யார் யாருக்கு எப்படிச் சொன்னால் புரியுமோ அப்படிப் பேசினார். பொதுக் கூட்டங்களில். மாநாடுகளில். தெருமுனையில். வீட்டுத் திண்ணைகளில். கடைத் தெருவில். எல்லா இடங்களிலும் எல்லா நேரத்தில் பேசிக் கொண்டே இருந்தார்.

பிறகு, எழுத்து. அனல் கக்கும் கட்டுரைகளை மட்டுமே எழுதினார். அதுவும் தடை செய்யப்பட்ட பத்திரிகைகளுக்கு மட்டுமே.

காவல் துறை விழித்துக் கொண்டது. இவர் ஏன் திரும்பி வந்தார்? ஏன் இந்த வேண்டாத வேலை?

1908, மார்ச் 25 அன்று ஸ்டாலின் கைது செய்யப்பட்டார். இந்த முறை பைலோவ் (Bailov) சிறைக்குக் கொண்டு சென்றார்கள். முந்தைய சிறைச்சாலையைப் போன்றது அல்ல இது. சிறை தண்டனைப் பெற்ற கைதிகள், தூக்குத் தண்டனைப் பெற்ற கைதிகள் அனைவரும் ஒரே இடத்தில் இருப்பார்கள். எல்லோரும் பார்த்துக் கொண்டிருக்கும் போதே ஒரு கைதியைத் தூக்கு மேடைக்கு அழைத்துச் செல்வார்கள். மனித உணர்வுகளைப் புரிந்து கொள்ள வேண்டும் என்ற எண்ணமே இருக்காது. இது போன்ற சமயங்களில் ஸ்டாலின் இரண்டு விஷயங்களைச் செய்வார். சுருட்டி மடக்கிக்கொண்டு தூங்குவார். அல்லது ஜெர்மன் இலக்கணம் படிப்பார்.

ஒன்றரை ஆண்டுகளுக்குப் பிறகு, சால்வே ஹெகோஸ்க் (Solvge Hegodsk) என்னும் இடத்துக்கு ஸ்டாலின் நாடு கடத்தப்பட்டார். இது நடந்து நான்கு மாதங்களில் பீட்டர்ஸ்பர்க்குக்குத் தப்பிச் சென்றார் ஸ்டாலின்.

ஸ்டாலின் சிறையில் கழித்த காலத்தில் ரஷ்யாவில் ஏகப்பட்ட மாற்றங்கள். குறிப்பாக இரண்டு விஷயங்களை அவரால் ஜீரணித்துக் கொள்ள முடியவில்லை. கட்சி உறுப்பினர்களின் எண்ணிக்கையில் பெரும் சரிவு. இவர் தொடர்ச்சியாக எழுதிக் கொண்டிருந்த பக்கின்ஸ்கி

புரொலெட்டரி (The Bakinsky Prolitary) என்னும் பத்திரிகை நின்று போனது.

முதல் வேலையாக, நின்றுபோன பத்திரிகைக்கு உயிர் கொடுத்தார் ஸ்டாலின். புரட்சியாளர்களுக்குப் பத்திரிகை என்பது பிராண வாயு. மக்களை ஒன்றுபடுத்த, கூட்டாளிகளுக்குள் செய்திகளைப் பரிமாறிக் கொள்ள ஒரு பத்திரிகை தேவை.

அடுத்து, கட்சி உறுப்பினர்கள் குறைந்து போனதன் காரணத்தை ஆராய்ந்தார் ஸ்டாலின். காரணம் ஒன்றே ஒன்றுதான். மக்களுக்காகச் சேவை செய்கிறோம் என்று தொடங்கப்பட்ட அமைப்பு, நாளடைவில் மக்களை விட்டு விலகிப் போக ஆரம்பித்திருக்கிறது. மக்கள், கட்சியை ஓர் அந்நிய இயக்கமாகப் பார்க்க ஆரம்பித்திருக்கிறார்கள். கட்சி நலிவடைந்ததற்கு இதுதான் முக்கியக் காரணம்.

ஸ்டாலின் இதைச் சுட்டிக் காட்டினார். போல்ஷ்விக் கட்சித் தலைவர் களுக்குள்ளே அவ்வப்போது ஏற்படும் மோதல்கள் தவிர்க்கப்பட வேண்டும். இல்லையென்றால், கட்சிக்குள் பிளவுகள் ஏற்படுவதைத் தவிர்க்க முடியாது என்று எச்சரித்தார். ட்ராட்ஸ்கியின் ஆள்கள் கட்சிக்குள் இருந்து கொண்டே எப்படி கட்சியைப் பலவீனப்படுத்து கிறார்கள் என்பதையும் வெளிச்சம் போட்டுக் காட்டினார்.

மாஸ்கோ, பீட்டர்ஸ்ப்ர்க் உள்ளிட்ட நகரங்களுக்குள் அவர் நுழையக் கூடாது என்று காவல்துறை கடுமையாக எச்சரித்தது. எச்சரிக்கையை கிடப்பில் போட்டுவிட்டு சுற்றினார். நாடு கடத்துகிறேன் என்றார்கள். சரி என்று சொல்லிவிட்டு அடுத்த வேலையைப் பார்க்கச் சென்று விட்டார்.

ஜனவரி 1912-ம் ஆண்டு பிராக்கில் (Prague) போல்ஷ்விக் கட்சி மாநாடு கூடியது. இரண்டு முக்கிய முடிவுகள் எடுக்கப்பட்டன. முதலாவதாக, மென்ஷ்விக்குகளைக் கட்சியிலிருந்து நீக்குவது. இப்படிச் செய்வதன் மூலம் ட்ராட்ஸ்கி போன்றவர்கள் கொடுக்கும் உள்கட்சி தொல்லை களைத் தவிர்க்கலாம். தவிரவும் ஒன்றுபட்ட போல்ஷ்விக் கட்சியை வளர்க்கவும் முடியும்.

இரண்டாவது, கட்சியின் மத்தியக் குழுவில் ஸ்டாலின் இடம் பெற்றது. ஸ்டாலினின் அரசியல் வாழ்க்கையில் இது ஒரு முக்கியக் கட்டம். மாநில அரசியலிலிருந்து அவர் எப்போதோ தேசிய அரசியலுக்குத் திரும்பி விட்டார் என்றாலும், கட்சி சார்பாக அவரது இடம் ஊர்ஜிதப் பட்டது அப்போதுதான்.

அதுவரை ஸ்டாலினை ஒரு வேற்று நபராகவே பாவித்து வந்த கட்சியினர், முதல் முறையாக ஸ்டாலினை நின்று நிதானமாகக் கவனிக்கத் தொடங்கினர்.

'இதென்ன? திடீரென்று எப்படி இவரைக் கட்சிக்குள் இணைத்துக் கொண்டார்கள்?'

'வேலை செய்கிறார். இல்லை என்று மறுக்க முடியாது. ஆனால், அதற்காகப் பதவியைத் தூக்கிக் கொடுத்துவிட முடியுமா?'

'ஆயிரம் சொன்னாலும் லெனினைப் போல் வருமா?'

போல்ஷ்விக் கட்சியினர் லெனினையும் ஸ்டாலினையும் ஒன்றாக இணைத்து வைத்து பேசத் தொடங்கியது அப்போதுதான். அதேபோல், ஸ்டாலின் மீதான எதிர்மறை விமர்சனங்கள் வரத் தொடங்கியதும் அப்போதுதான்.

புத்துயிர் பெற்ற போல்ஷ்விக் கட்சி புது ரத்தம் பாய்ந்து இயங்க ஆரம்பித்தது.

மே 5, 1912-ல் பிராவ்தா (Pravda) பத்திரிகை வெளியிடப்பட்டது. முதல் இதழில், முதல் தலையங்கம் ஸ்டாலினுடையது. போல்ஷ்விக் கட்சியின் தெளிவான கொள்கைகளை சுமந்து வந்தது இந்த முதல் இதழ். இனி வரும் ஒவ்வொரு இதழும் தொழிலாளரின் மேன்மைக் காகத்தான் என்பதையும் பிராவ்தா தெளிவுப்படுத்தியது.

போல்ஷ்விக் கட்சியின் வளர்ச்சியை கழுகுப் பார்வையில் கவனித்துக் கொண்டிருந்த காவல் துறை, ஸ்டாலினை அள்ளிக் கொண்டு போய் சிறையில் தள்ளியது. வழக்கம்போல் மூன்றாண்டு நாடு கடத்தல் தண்டனை. வழக்கம் போலவே, தப்பித்து பீட்டர்ஸ்பர்க் வந்து சேர்ந்தார் ஸ்டாலின்.

நாடாளுமன்றத் தேர்தல் நெருங்கிக் கொண்டிருந்தது. ஸ்டாலின் தீவிரப் பிரசாரத்தில் மூழ்கிப் போனார்.

'மக்களே, இது நமக்கான வாய்ப்பு. ஜாருடன் சமரசம் என்ற பேச்சுக்கே இனி இடமில்லை. 1905, ரத்த ஞாயிறு சம்பவத்தை நீங்கள் யாரும் மறந்திருக்க மாட்டீர்கள் என்று நம்புகிறேன். அது போன்ற சம்பவம் இனி நடக்கக் கூடாது. அதற்கு உங்கள் அனைவருடைய ஒத்துழைப்பும் தேவை. இனி வரும் காலங்களில் மாபெரும் மக்கள் போராட்டம் நடக்க விருக்கின்றன. ரஷ்யத் தொழிலாளி வர்க்கத்தின் அபரிமிதமான முன்னேற்றத்தை இனி ஒருவராலும் தடுத்து நிறுத்த முடியாது!'

போல்ஷ்விக் கட்சிக்கு மாபெரும் வெற்றி கிடைத்தது. தொழிலாளர் பிரிவிலிருந்து மொத்தம் ஒன்பது உறுப்பினர்கள் தேர்வு செய்யப்பட்டனர்.

ஸ்டாலினின் பணிகளை அருகில் இருந்து கவனித்த லெனினுக்கு, பரிபூரண திருப்தி.

'ஸ்டாலின், கட்சி வளர்ச்சிக்காக நீங்கள் காட்டி வரும் அக்கறை மிகவும் நேர்மையானது.'

'நன்றி.'

'உங்களுக்குக் கூடுதல் பொறுப்புகள் கொடுக்கலாம் என்று உத்தேசம்.'

'தாராளமாக. உங்களுடைய கனவுகளை நிறைவேற்றுவது என்னுடைய வேலை. என் வாழ்வின் ஒவ்வொரு நிமிடத்தையும் அதற்காக மட்டுமே நான் செலவிடுவேன்.'

ஸ்டாலினுக்கு அளிக்கப்பட்ட அடுத்த பணி, வியன்னா செல்வது. அங்குள்ள தேசிய இன மோதல்கள் குறித்து ஆராய்வது. தவிரவும், ஆஸ்திரியாவில் உள்ள சோஷலிஸக் கட்சி எப்படி செயல்படுகிறது, அவர்களுடைய செயல் திட்டங்கள் என்னென்ன என்று தெரிந்து கொள்ள லெனின் விரும்பினார்.

மீண்டும் கட்சிக்குள் புகைச்சல்.

'இதுபோன்ற முக்கியப் பொறுப்புகளை லெனின் ஏன் ஸ்டாலினுக்கு மட்டும் வழங்க வேண்டும்?'

'ஏன், நம்மிடம் திறமைகள் இல்லையா? ஸ்டாலினை விட மூத்த அரசியல்வாதிகள் யாரும் கட்சியில் இல்லையா?'

லெனின், ஸ்டாலினைத் தேர்ந்தெடுத்தற்குக் காரணம், அவரது திறமையின் மீதான அசாத்திய நம்பிக்கை மட்டுமே. தவிரவும், ஸ்டாலின் ஜார்ஜியாவில் இருந்தபடி எழுதிவரும் அரசியல் கட்டுரைகள் அனைத்தையும் லெனின் ஊன்றி வாசித்து அதிசயித் திருக்கிறார். போல்ஷ்விக் கட்சிக்குள் இணைவதற்கு முன்பாகவே ஸ்டாலின், கட்சியின் மீது அவர் காட்டிய ஈடுபாடு லெனினைக் கவர்ந்தது. லெனினின் உத்தரவின்படி, ஸ்டாலினின் பல கட்டுரைகள் நகலெடுக்கப்பட்டு கட்சியில் உள்ள அனைவருக்கும் விநியோகம் செய்யப்பட்டது, குறிப்பிடத்தக்கது.

வியன்னாவின் நிலைமையை ஆராய ஸ்டாலினை விட தகுதியான நபர் இருக்க முடியாது என்பது லெனினின் நம்பிக்கை.

ஸ்டாலினை வியன்னா அனுப்புவதற்கு முன்பு மாக்சிம் கார்க்கிக்கு ஒரு கடிதம் எழுதினார் லெனின். 'திறமைமிக்க ஒரு ஜார்ஜியனை அனுப்பி வைக்கிறேன். இனப் பிரச்னை குறித்து அவர் விரிவான கட்டுரையை எழுதித் தருவார்.'

ஸ்டாலின் வியன்னா கிளம்பிச் சென்றார். கிட்டத்தட்ட ஒரு மாத காலம் அங்கேயே தங்கியிருந்தார். தேசிய இனம் குறித்தும், தேசம் என்பது

எப்படி கட்டமைக்கப்பட வேண்டும் என்பது குறித்தும் அவர் எழுதிய ஆய்வுக் கட்டுரை மிக முக்கியமான ஒன்றாகக் கருதப்படுகிறது.

லெனினுக்கு அடுத்தபடியாக ஸ்டாலின்தான் என்று கட்சிக்கு உள்ளேயும் வெளியேயும் பட்டவர்த்தனமாகப் பேச ஆரம்பித்தார்கள்.

ஸ்டாலின் பல நண்பர்களையும் பல எதிரிகளையும் சம்பாதித்துக் கொள்ள ஆரம்பித்தார்.

●

ஸ்டாலினை சமாளிப்பதற்குள் காவல் துறைக்கு போதும் போதும் என்றாகிவிட்டது. எத்தனை முறை சிறை தண்டனை கொடுப்பது? எத்தனை முறை நாடு கடத்துவது? ஒவ்வொரு முறையும் தப்பி விடுகிறார். பாதுகாப்பு ஏற்பாடுகள் எத்தனை பலமானதாக இருந்தாலும் ஏதாவது ஒரு சந்து பொந்து அவருக்குக் கிடைத்துவிடுகிறது. எனில், ஸ்டாலினை என்னதான் செய்வது?

1913 பிப்ரவரி மாதம் ஸ்டாலினைக் கைது செய்த காவல்துறை, இந்த முறை அவருக்கு நான்கு ஆண்டுகளுக்கு நாடு கடத்தியது. சைபீரியாவிலுள்ள துருகான்ஸ் என்னும் பனிப் பிரதேசத்துக்குக் கொண்டுச் சென்று தள்ளியது. இருப்பதிலேயே கொடுமையான பகுதி. மனிதர்கள் வாழ லாயக்கற்ற பிரதேசம். கண்ணுக்கு எட்டிய தூரம் வரை பனி படர்ந்திருக்கும். கொஞ்சும் பனி அல்ல. ஆளைக் கொல்லும் பனி. இங்கு காலடி எடுத்து வைத்த பலர் செத்து மடிந்திருக்கிறார்கள்.

நண்பர்கள் அனுப்பிய கதகதப்பான ஆடைகளையும் புத்தகங்களையும் வைத்துக் கொண்டு காலத்தை ஓட்டினார் ஸ்டாலின்.

தன் நண்பருக்கு எழுதிய ஒரு கடிதத்தில் இப்படிக் குறிப்பிட்டார் ஸ்டாலின்.

'ஆடைகள் வாங்குவதற்கு நிறையப் பணம் செலவழிக்க வேண்டாம். ஒரே ஒரு உதவி மட்டும் செய்யுங்கள். இயற்கைக் காட்சிகள் கொண்ட வாழ்த்து அட்டைகள் கிடைத்தால் வாங்கி அனுப்புங்கள். இந்தப் பிரதேசத்தில் பனியைத் தவிர பார்ப்பதற்கு வேறொன்றும் இல்லை!'

6. ஜாரும் போரும்

1914-ம் ஆண்டு. தொழிலாளர்களை ஒன்றுபடுத்தி ஜாருக்கு எதிராகப் போராட்டம் நடத்த லெனினும் ஸ்டாலினும் முயன்று கொண்டிருந்த அதே சமயம், முதல் உலகப் போர் மூண்டது.

சந்தேகமேயில்லாமல் இது ஓர் ஏகாதிபத்தியப் போர்.

உற்பத்தியாகும் பொருள்களைக் குவிக்க புதிய சந்தைகளைத் தேட வேண்டும். பிற நாட்டின் வளங்களைக் கொள்ளையடிக்க வேண்டும். புதிய காலனிகளை உருவாக்கிக் கொள்ள வேண்டும். போர் வெடித்தற்கான காரணங்கள் இவைதான். இவை மட்டும்தான்.

பிரிட்டன், பிரான்ஸ் ஆகிய நாடுகளின் காலனி களைக் கைப்பற்றிக் கொள்ள வேண்டும் என்ற கனவு ஜெர்மனிக்கு. அப்படியே ரஷ்யாவிடமிருந்து உக்ரைன், போலந்து மற்றும் பால்டிக் பிரதேசங் களை அபகரிக்க வேண்டும்.

பிரிட்டன் போரில் குதித்ததற்குக் காரணம் ஜெர்மனி. தொழில் ரீதியாக ஜெர்மனி முன்னேறிக் கொண்டிருப் பதை பிரிட்டனால் சகித்துக் கொள்ள முடியவில்லை. வல்லரசாக ஒன்றோ அல்லது இரண்டு நாடுகளோ இருந்தால்தான் மரியாதை. ஆளாளுக்கு வல்லரசாகி விட்டால் என்னத்துக்கு ஆகும்? ஆகவே, போர்.

அதேபோல், பிரான்ஸுக்கும் ஒரு கனவு இருந்தது. ஜெர்மனியிடமிருந்து சில பிரதேசங்களை அபகரிக்க வேண்டும்.

ஜார் சும்மா இருப்பாரா?

‘உலக மக்களே, எனக்குப் பெரிதாக ஆசை என்று எதுவும் இல்லை. ரஷ்யாவை நிர்வகிப்பதற்குள் போதும் போதும் என்றாகிவிடுகிறது. இருந்தாலும், எல்லோரும் போரில் குதித்த பிறகு, நான் மட்டும் சும்மா இருக்க முடியுமா?

பெரிதாக எனக்கு எந்தவித எதிர்பார்ப்பும் இல்லை. கொஞ்சம் துருக்கி. பிறகு, கான்ஸ்டாண்டிநோபிள் (தற்போது இஸ்தான்புல்). பிறகு, கருங்கடலையும் மத்தியத் தரைக்கடலையும் இணைக்கும் ஒரு பகுதி இருக்கிறதல்லவா? அதன் பெயர் என்ன? ஆங், டார்டெலென்ஸ் நீரிணைப்புப் பகுதி. இவை போதும். ஆஸ்திரியா - ஹங்கேரியின் பிடியில் இருக்கும் கலிஸியாவைக் கொடுத்தால் மகிழ்ச்சியடைவேன். இல்லாவிட்டாலும் பரவாயில்லை.’

ரஷ்யா போரில் குதித்தது.

ரஷ்யா, பிரிட்டன், பிரான்ஸ் மூன்றும் ஓர் அணி. மறுபுறம், ஜெர்மனி, ஆஸ்திரியா, ஹங்கேரி மற்றும் இத்தாலி. போர் தொடங்கியதும் இத்தாலி கழண்டு ரஷ்யாவுடன் இணைந்து கொண்டது. அமெரிக்காவும் ஜப்பானும் பின்னால் வந்து சேர்ந்து கொண்டன.

1914, ஆகஸ்ட் முதல் தேதி ரஷ்யா, ஜெர்மனி மீது போர் தொடுத்தது. பிறகு, ஒவ்வொரு நாடாக களத்தில் இறங்கியது. உலகையே அச்சத்துடன் திரும்பிப் பார்க்க வைத்த மகா யுத்தம் பீரங்கி முழுக்கத்துடன் தொடங்கியது.

முதல் உலகப் போரை வெளிப்படையாகக் கண்டித்த ஒரே கட்சி போல்ஷ்விக் கட்சி மட்டுமே.

ரஷ்யா போரில் குதித்ததைக் கடுமையாக எதிர்த்த லெனின், மக்களிடம் தீவிரமாகப் பிரசாரம் செய்தார். கூடவே, ஒரு அருமையான திட்டத்தையும் முன்வைத்தார்.

‘ரஷ்ய மக்களே, இது முழுக்க முழுக்க ஏகாதிபத்தியவாதிகளால் நடத்தப்படும் போர். மக்களாகிய நமக்கும் இதற்கும் எந்தவொரு தொடர்பும் இல்லை. என்றாலும், பாதிப்பு என்னவோ நமக்குத்தான். ஒரு போரை நடத்துவது என்றால் சும்மாவா? அதுவும் இன்றையச் சூழலில் அதி நவீன ஆயுதங்கள் இருந்தால் மட்டுமே போரிட முடியும்.

எனில், ஆயுதங்கள் வாங்க ஜாருக்கு ஏது இவ்வளவுப் பணம்? தனது கோட் பாக்கெட்டிலிருந்தா அவர் எடுத்துத் தருகிறார்? இல்லையே. கஜானாவை காலி செய்கிறார். மக்கள் அளிக்கும் வரிப் பணத்திலிருந்து

இந்தப் போரைத் தொடுக்கிறார். யுத்தத்துக்காக நிறைய கடன் வாங்குகிறார்.

இந்தப் போரை நம்மால் நிறுத்த முடியாது. அதற்கான அதிகாரம் நம்மிடம் இல்லை. ஆனால், இந்தப் போரை நம்மால் நமக்குச் சாதகமாகத் திருப்பிக் கொள்ள முடியும். எந்தப் போரைக் கொண்டு ஜார் ரஷ்யாவை கடனாளியாக்குகிறாரோ, அதே போரைக் கொண்டு அவரை அகற்ற வேண்டும்.

ஆம். நாம் செயல்பட வேண்டிய தருணம் இது. ஏகாதிபத்திய அரசுக்கு எதிராக அணி திரள்வோம். தொழிலாளர்கள், விவசாயிகள், இளைஞர்கள், முதியோர், ஆண்கள், பெண்கள் அத்தனைப் பேரும் இந்தப் போராட்டத்தில் கலந்து கொள்ள வேண்டும்.

ஜார் பிற நாடுகளுடன் போரில் ஈடுபட்டிருக்கும் அதேசமயம் நாம் உள்நாட்டில் போர் தொடுக்க வேண்டும்.

ஜார் தொடுக்கும் போர் நியாயமற்ற போர். நாடு பிடிக்கும் ஆசையில் தொடுக்கப்பட்ட போர். நாம் தொடுக்கும் போர் சமூக நீதியைக் காக்கும் போர். இது உங்களுக்கான போர்!'

போர் காலம் முடிந்து, ஒருவழியாக யுத்தத்தை எதிர்த்த போல்ஷ் விக்குகளை காவல் துறை எதிர்க்க ஆரம்பித்தது.

கட்சி அலுவலகங்கள் சோதனையிடப்பட்டன. புரட்சிகர பத்திரிகை களுக்குத் தடை. கட்சி ஆதரவாளர்களை, தொண்டர்களை அடித்து உதைத்து உள்ளே தள்ளினார்கள். போர் பற்றியோ ஜார் பற்றியோ திறந்த வெளியில் பேசுபவர்கள், விவாதிப்பவர்கள் சிறையில் அடைக்கப்பட்டனர்.

அதே சமயம், போர்முனையில் ரஷ்யா கடும் தோல்வியைச் சந்தித்தது. ரஷ்ய துருப்புகளுக்குப் பலத்த சேதம். தவிரவும், வீரர்களுக்குத் தேவையான வசதிகள் எதையுமே ஜார் அவர்களுக்கு அளிக்கவில்லை. உணவு இல்லை. மருந்து, மாத்திரைகள் இல்லை. கடும் குளிரைத் தாங்கக்கூடிய கம்பளி ஆடைகள் இல்லை. தேவையற்ற இந்தப் போருக்காக இத்தனைப் பேர் அநியாயமாக உயிரிழக்க வேண்டுமா என்று ராணுவமே தன்னிச்சையாகச் சிந்திக்க ஆரம்பித்துவிட்டது.

இந்தத் தருணத்தை மிகச் சரியாகப் பயன்படுத்திக் கொண்டது போல்ஷ்விக் கட்சி, தனது பிரசாரத்தை அடுத்த கட்டத்துக்குக் கொண்டு சென்றது. புரட்சிகர குழுவில் இணைந்துக் கொள்ள கப்பற்படை யினரையும் ராணுவத்தினரையும் அவர்கள் வரவேற்றனர்.

ஜார் அளிக்கும் உத்தரவுகளை உதாசீனம் செய்ய ஆரம்பித்தது ரஷ்ய ராணுவம்.

ஜார் ஆட்சியின் சரிவுப் புள்ளி இதுதான்.

ஜார் அரசு சரிந்து கொண்டிருந்த அதே சமயம், ரஷ்யாவும் வேக வேகமாகச் சரிந்து கொண்டிருந்தது. தொழிற்சாலைகள் காற்று வாங்கிக் கொண்டிருந்தன. உற்பத்தி இல்லை. விளைச்சல் இல்லை. உணவுப் பொருள்கள் இல்லை. வறுமையில் வாடிக் கொண்டிருந்த பல லட்சக் கணக்கான இளைஞர்கள், கட்டாய ராணுவப் பணிக்காகப் போர் முனைக்கு அழைத்துச் செல்லப்பட்டனர்.

மொத்தத்தில், ஜாருக்கு எதிராக மாபெரும் சக்தி திரண்டு கொண்டிருந்தது.

ஸ்டாலின் அப்போது நாடு கடத்தப்பட்டிருந்தார். என்றாலும், தன்னுடன் சிறைப்பட்டிருந்த பிற கைதிகளிடம் போல்ஷ்விக் கட்சி முன்வைத்த புரட்சி திட்டம் பற்றி விலாவாரியாக உரையாற்றினார். ரஷ்யாவில் ஏற்பட்டுவரும் மாற்றங்களை உன்னிப்பாகக் கவனித்துக் கொண்டிருந்தார். லெனினுடனான கடிதப் போக்குவரத்து தொடர்ந்து கொண்டிருந்தது.

ஜனவரி 1917. பெட்ரோகிராட், மாஸ்கோ, பாகு உள்ளிட்ட முக்கிய நகரங்களில் மாபெரும் வேலைநிறுத்தப் போராட்டங்கள் தொடங்கப் பட்டன. பெட்ரோகிராட்டில் தொழிலாளர்களுடன் கைகோத்து ராணுவத்தினரும் அணி திரண்டனர். எல்லாப் போராட்டங்களையும் ஒன்றிணைத்து தலைமைத் தாங்கி நடத்தியது போல்ஷ்விக் கட்சி.

போராடும் தொழிலாளர்களுக்கு ஆதரவாகப் பெண்கள் கும்பல் கும்பலாகத் தெருவில் இறங்கி கோஷங்கள் எழுப்ப ஆரம்பித்தனர்.

கூடிய விரைவில், ஒட்டுமொத்த உழைக்கும் வர்க்கமும் போராட் டத்தில் குதித்தன. ஜாரின் குளிர்கால அரண்மனை வெடித்துச் சிதறும் அளவுக்குக் கோஷங்கள் எழுந்தன.

'ஜார் ஒழிக!'

தம் வாழ்நாளில் இப்படி ஒரு பலமான கோஷத்தை ஜார் கேட்டதில்லை. போர்முனையில் இழப்பு. அவமானம். உள்நாட்டில் பிரச்னை. அவமானம்.

எரிச்சலுடன் கட்டளையிட்டார்.

'அத்தனைப் பேரையும் அடித்து நொறுக்குங்கள்!'

மார்ச் 11-ம் தேதி, ஆயுத எழுச்சி வெடித்தது. எதிரி தேசங்களுடன் எப்படிப் போரிட்டார்களோ அதைவிடத் தீவிரமாக, அதைவிட உக்கிரமாக ரஷ்யர்களுடன் போரிட ஆரம்பித்தது ராணுவம்.

மிரட்டினார்கள். தாக்கினார்கள். துப்பாக்கிச் சூடு நடத்தினார்கள். ஆனால் கூட்டம் கலையவேயில்லை. மாறாக, வலுவடைந்து கொண்டிருந்தன. என்னதான் செய்வது இவர்களை?

'தயவுதாட்சண்யம் பார்க்காமல் சுட்டுத் தள்ளுங்கள். துப்பாக்கியில் ரவை இருக்கும் வரை சுடுங்கள்' என்றார் ஜார்.

ஆனால் இந்தக் காட்டுமிராண்டித்தனமான உத்தரவை நிறைவேற்ற, ராணுவத்தால் இயலவில்லை. சலித்துவிட்டது. வெறுப்பின் உச்ச கட்டத்தில் இருந்தார்கள் அவர்கள். எல்லையில் நடக்கும் போரும், உள்நாட்டில் நடக்கும் போர். இரண்டுமே நியாயமற்றவை. இரண்டுமே மனிதத் தன்மையற்றவை.

ஜாருக்கு விசுவாசமாக இருந்த சிறிய ராணுவப் படை, யூனிஃ பார்மையும் தொப்பியையும் நட்சத்திரங்களையும் கழற்றி எறிந்து விட்டு, மக்களுடன் ஒன்று சேர்ந்தன.

ஒட்டுமொத்த ரஷ்யாவும் தெருவில் இறங்கிப் போராடியது.

'ஜார் ஒழிக!'

ஜார் இரண்டாம் நிகோலஸ் அரண்மனையின் பின்புறத்தில் ஒளிந்து கொண்டார்.

●

பிப்ரவரி 27. பெட்ரோகிராட். போல்ஷ்விக் கட்சி தனது அறிக்கையைச் சத்தம் போட்டு வாசித்தது.

'ரஷ்ய மக்களே, ஜார் ஆட்சிக் காலம் முடிந்துவிட்டது. மக்கள் எழுச்சிக்கு மாபெரும் வெற்றி! கூடிய விரைவில், புதிய புரட்சிகர அரசு நிர்மாணிக்கப்படும்!'

ராணுவத்தினரிடமிருந்து தப்பிய லெனின், அப்போது ஸ்விட்சர் லாந்தில் இருந்தார். ஸ்டாலின் சிறையில்.

மென்ஷ்விக்குகள் இந்த வாய்ப்பைத் தங்களுக்குச் சாதகமாகப் பயன்படுத்திக் கொண்டனர். பிற புரட்சிகர இயக்கங்களுடன் இணைந்து சோவியத்தைக் கைப்பற்றினர். இத்தோடு நிறுத்தியிருந்தாலும் பரவாயில்லை. நல்ல பிள்ளையாக அதிகாரத்தை ஜார் சுட்டிக் காட்டிய இளவரசரிடம் (லிவோவ்) ஒப்படைத்தனர். பின்னணியில், ரகசிய ஒப்பந்தம்.

●

மார்ச் 1917. தண்டனைக் காலம் முடிந்து பெட்ரோகிராட் திரும்பினார் ஸ்டாலின். ஜார் ஆட்சி சரிந்து விட்டது. எல்லையில்லா மகிழ்ச்சி. சந்தோஷம். திருப்தி. ஆனால் மென்ஷ்விக்குகளின் கேலிக் கூத்துகளை முடிவுக்குக் கொண்டு வர வேண்டும்.

ஆக, பணி முடியவில்லை. இனிமேல்தான் தொடங்கப் போகிறது.

7. புதிய சோவியத், புதிய நெருக்கடிகள்

புதிய தாற்காலிக அரசு உருப்படியாக எதையும் செய்யவில்லை. யுத்தம் தொடர்ந்து கொண்டிருந்தது. பசியும் பட்டினியும் ஓயவில்லை. கிளர்ச்சிகள் அடங்கவில்லை. மொத்தத்தில், ஜார் ஆட்சி அகற்றப்பட்டதற்கான சுவடே இல்லை.

லெனின் இன்னமும் வந்து சேரவில்லை. ஆனால் அதுவரை காத்திருக்க முடியாது.

போல்ஷ்விக் கட்சிக்கு, இது முக்கியத் தருணம். இதைத் தவறவிட்டால் அவ்வளவுதான். ஆட்சியைப் பிடித்துக் கொண்ட புதிய அரசை உடனடியாக அகற்ற வேண்டும். புரட்சிகர அரசை நிர்மாணிக்க வேண்டும்.

சூழ்நிலையை உடனடியாகப் புரிந்து கொண்டார் ஸ்டாலின்.

முதல் காரியமாக, பிராவ்தா இதழைத் தொடர்ந்து நடத்தும் பொறுப்பை ஏற்றுக் கொண்டார். கூடவே, கட்சியின் தலைமைப் பொறுப்பும் அவரிடம் வந்து சேர்ந்தது.

சுடச்சுட பிரசாரத்தைத் தொடங்கினார்.

'ரஷ்ய மக்களே, ஜார் ஆட்சி ஒழிக்கப்பட்டு விட்டது உண்மைதான். ஆனால், இப்போது ஏற்பட்டுள்ள தாற்காலிக அரசு, ஜார் ஆட்சிக்கு இணையான ஒன்றுதான். போராட்டத்தை நாம் கைவிடக் கூடாது. தொடரவேண்டும். சோவியத் அரசு அமையும் வரை போராட வேண்டும்!'

போர்முனையில் நின்று கொண்டிருந்த ரஷ்ய வீரர்களைத் திரும்ப அழைத்தார்.

'வீரர்களே, நடந்து கொண்டிருக்கும் போரில் அநாவசியமாக உங்களை ஈடுபடுத்திக் கொள்ளாதீர்கள். இது உங்களுக்கான போர் அல்ல. நமக்கான போர் அல்ல. புதிய ஜார் அரசாங்கத்தை நம்ப வேண்டும். இந்த அரசாங்கம் அளிக்கும் உத்தரவுகளைச் செயல்படுத்த வேண்டாம். வெகு விரைவில் போல்ஷ்விக் அரசு மலரும்!'

ஏப்ரல் 3-ம் தேதி லெனின் பெட்ரோகிராட் வந்த போது, அவருக்குக் கோலாகலமான வரவேற்பு ஏற்பாடுகள் செய்யப்பட்டிருந்தன.

மக்களுக்குப் பல்வேறு சந்தேகங்கள்.

போல்ஷ்விக் கட்சி இனி எப்படிப் பயணிக்கப் போகிறது? தாற்காலிக அரசு எப்போது எப்படிக் கலையும்? போல்ஷ்விக் கட்சி எப்போது ஆட்சிக்கு வரப் போகிறது? ஆட்சிக்கு வந்ததும் புதிய சோவியத் அரசு என்னென்ன செய்யும்?

லெனின் அவர்களது சந்தேகங்களைத் தெளிவுப்படுத்தினார்.

ஆம். புரட்சிகர அரசு வெகு விரைவில் அமையும். புதிய அரசின் செயல்திட்டம் இதோ.

1) நிலங்கள் தேசியமயமாக்கப்படும்

2) எஸ்டேட்டுகள் பறிமுதல் செய்யப்படும். பறிமுதல் செய்யப் பட்ட நிலங்கள், விவசாயிகளின் கட்டுப்பாட்டின் கீழ் வந்து சேரும்.

3) புதிய விவசாயப் பண்ணைகள் உருவாக்கப்படும்

4) அனைத்து வங்கிகளும் இணைக்கப்படும். தேசிய வங்கி ஒன்று உருவாகும்

5) பொருள் உற்பத்தி மற்றும் விநியோகம், இனி தொழிலாளர்களின் பொறுப்பில் விடப்படும்.

6) பண்ணையடிமை உள்ளிட்ட அனைத்து அடிமை முறைகளும் முற்றிலுமாக ஒழிக்கப்படும்.

ஒன்றுவிடாமல் அத்தனையும் நிறைவேற்றப்படும். அதற்குத் தேவை, உங்கள் அனைவரது ஒத்துழைப்பு.

●

ஜூன் 18. சுமார் ஐந்து லட்சம் தொழிலாளர்கள் பெட்ரோகிராட்டில் திரண்டனர். நகரம் அதிரும் கோஷங்கள். துடிப்பான ஆர்ப்பாட்டம்.

தாற்காலிக அரசு மிரண்டு போனது. இத்தனை பலம் பொருந்தியவர்களா போல்ஷ்விக்குகள்?

கூடாதே. ஒரு சாதாரண அரசியல் கட்சிக்கு இத்தனை பலம் இருக்கக் கூடாதே. காவல்துறை உடனடியாக விரைந்து வந்தது. கிளர்ச்சிக்காரர்கள் மிருகத்தனமாக ஒடுக்கப்பட்டனர். பெட்ரோகிராட் சிவந்து போனது.

லெனினுக்கு மீண்டும் நெருக்கடி. அரசு எப்போது வேண்டுமானாலும் அவரைக் கைது செய்யலாம் என்ற நிலை. வேறு வழி இல்லாததால், லெனின் மீண்டும் ஃபின்லாந்து தப்பிச் சென்றார்.

ஆக, மீண்டும் ஸ்டாலின்.

இந்த முறை ஸ்டாலினின் செல்வாக்கு, பன்மடங்கு உயர்ந்தது. அவரது தலைமைப் பண்புகள் முழுமையாக வெளிப்பட்ட தருணமும் இதுதான். லெனினுடன் தொடர்ந்து தொடர்பில் இருந்தார். இருவரும் நன்கு அலசி ஆராய்ந்து ஒரு தெளிவான செயல் திட்டத்தை உருவாக்கினர்.

ஸ்டாலினுக்குத் தெரிந்துவிட்டது. அடுத்து நடக்கப் போவது இறுதி யுத்தம்.

அக்டோபர் 7. லெனின் ஃபின்லாந்திலிருந்து ரகசியமாகத் திரும்பி வந்தார். அக்டோபர் 10. போல்ஷ்விக் கட்சி உறுப்பினர்கள் மாநாடு கூடியது. திட்டம் உறுதி செய்யப்பட்டது.

இன்னும் சில தினங்களில். ஆயுதப் போராட்டம் தொடங்கப்பட வேண்டும். தாக்குதலுக்கான எல்லா ஏற்பாடுகளும் தயாராக இருக்க வேண்டும். அவரவருக்குக் கொடுக்கப்பட்டுள்ள கடமைகளை, பிசகில்லாமல் முடிக்க வேண்டும்.

லெனின் தனது தொண்டையைக் கனைத்துக் கொண்டார்.

'எல்லோருக்கும் புரிந்திருக்கும் என்று நம்புகிறேன். ஏதாவது யோசனைகள்?'

ட்ராட்ஸ்கி தனது கைகளை உயர்த்தினார்.

'புரட்சிக்கான நேரம் இன்னமும் கனியவில்லை என்று நினைக்கிறேன்.'

ஸ்டாலின் இடைமறித்தார்.

'இல்லை. இனியும் காலம் தாழ்த்துவது தவறு!'

'தேதியைக் கொஞ்சம் தள்ளிப் போட்டால் நன்றாக இருக்கும். இன்னும் கொஞ்சம் அவகாசம் இருந்தால் நல்லது.'

ட்ராட்ஸ்கி எதற்காக அடி போடுகிறார் என்று ஸ்டாலினுக்குத் தெரியும். திட்டத்தைத் தள்ளிப் போட்டால், பிறகு அரசு உஷாராகிவிடும்.

'இல்லை. திட்டத்தை இனி ஒரு நிமிடம்கூட தள்ளிப் போட முடியாது!' தீர்க்கமான குரலில் சொன்னார் ஸ்டாலின்.

காமனே, ஜினோவியே இருவருக்கும் ஒரு சந்தேகம்.

'அதிகாரத்தைக் கைப்பற்றும் அளவுக்கு நாம் உண்மையிலேயே வளர்ந்திருக்கிறோம் என்று நினைக்கிறீர்களா? அதற்கான பக்குவத்தை நாம் அடைந்துவிட்டோமா?'

ஸ்டாலின் கோபத்துடன் அவர்களிடம் திரும்பினார்.

'நமது எதிரிகள் பேச வேண்டியதை எல்லாம் நீங்கள் பேசிக் கொண்டிருக் கிறீர்கள் தோழர்களே!'

கூடியிருந்தவர்களிடம் திரும்பினார் ஸ்டாலின்.

'நாம் வெற்றி பெறுவோமா என்ற சந்தேகம் உங்கள் யாருக்கும் வேண்டாம். திட்டத்தை மாற்றியமைப்பதைப் பற்றியோ, தள்ளிப் போடுவதைப் பற்றியோ யாரும் அபிப்பிராயம் சொல்ல வேண்டாம். நம்முடைய நோக்கம் வெற்றி பெறுவது. எதிரிகளுக்கு அவகாசம் அளித்து அவர்களைப் பலப்படுத்துவது அல்ல!'

அதற்குப் பிறகு, யாரும் பேசவில்லை.

லெனின், சில முக்கிய யோசனைகளை முன்வைத்தார்.

1) தாக்குதலைத் தொடங்கியப் பிறகு பின் வாங்கக் கூடாது. உறுதியாக முன்னேற வேண்டும்.

2) எதிரிகள் சுதாரிப்பதற்கு நேரம் கொடுக்கக் கூடாது. திட்டவட்ட மான முறையில் தாக்குதல் மேற்கொள்ளப்பட வேண்டும்

3) எதிரிகள் படை சிதறிக் கிடக்கும்போது, அவர்களைத் திக்கு முக்காடச் செய்து, அந்த வாய்ப்பை நமக்குச் சாதகமாகப் பயன் படுத்திக் கொள்ள வேண்டும்.

4) திட்டமிட்டபடி ஒவ்வொரு நகரமாகக் கைப்பற்றப்பட வேண்டும். ஒவ்வொரு குழுவுக்கும் இலக்குகள் அளிக்கப்பட்டிருக்கின்றன. வெற்றி ஒன்றே குறிக்கோள்.

அக்டோபர் 24. விறுவிறுவென்று கட்சி கமிட்டிக்கு ஒரு கடிதம் எழுதினார் லெனின்.

'இந்த வரிகளை 24-ம் தேதி மாலை எழுதுகிறேன். நிலைமை இதற்கு மேல் போக முடியாது என்னும் அளவுக்கு நெருக்கடி ஏற்பட்டுள்ளது. உடனடியாக எழுச்சி நடைபெறுவது அவசியம். இனியும் தாமதிப்பது இறப்பதற்கு சமமானது.

இன்றே செயல்பட வேண்டும். தாற்காலிக அரசாங்கத்தைக் கவிழ்க்க வேண்டும். ஆட்சி நம் கைக்கு வந்துசேர வேண்டும். இன்று நாம் உறுதியான நடவடிக்கை எடுக்கா விட்டால், வரலாறு நம்மை மன்னிக்கவே மன்னிக்காது. இதுதான் நமக்குக் கொடுக்கப்பட்டுள்ள கடைசி வாய்ப்பு. கடைசி தருணம்!'

சூறாவளி தொடங்கியது.

அக்டோபர் 25. ஒரே நாள். பெட்ரோகிராட் தொழிலாளர்களும் புரட்சிப் படையினரும் பம்பரமாக இயங்கிக் கொண்டிருந்தனர். நகரின் முக்கியச் சாலைகளில் தடையரண்கள் ஏற்படுத்தப்பட்டன. அரசாங்க அலுவலகங்கள் கைப்பற்றப்பட்டன.

மத்தியத் தொலைப்பேசி நிலையம், பெட்ரோகிராட் தந்தி நிறுவனம், வயர்லஸ் நிலையம், ரயில்வே நிலையம், மின் நிலையங்கள், அரசாங்க வங்கி, அத்தனையும் கைப்பற்றப்பட்டன.

மிக மிகத் துல்லியமான திட்டம். அட்டகாசமாகச் செயல்படுத்திக் காட்டினார்கள்.

தாற்காலிக அரசும், ராணுவத்தினரும் அலறியடித்துக் கொண்டு குளிர்கால அரண்மனையில் தஞ்சமடைந்தனர். மக்களைப் பரிதவிக்க வைத்துவிட்டு முந்தைய ஜார்கள் குளிர் காய்ந்த அதே அரண்மனை.

புரட்சி படை முன்னேறியது. இனி, அரண்மனை மட்டும்தான் பாக்கி. உற்சாகத்துடன் அரண்மனையைச் சுற்றி வளைத்தனர். படையின் ஒரு பிரிவு அரண்மனைக்குள் புயலாகப் புகுந்தது. தாற்காலிக அரசைச் சார்ந்த அத்தனைப் பேரும் அதே இடத்தில் வைத்து கைது செய்யப் பட்டனர்.

நூற்றாண்டுகால சர்வாதிகார சரித்திரம் வீழ்த்தப்பட்டது. வார்த்தை களால் வருணிக்க முடியாத சிலிர்ப்பு ஒவ்வொருவருக்கும். ஆட்டுக் குட்டிகளைப்போல் அடங்கிக் கிடந்த தொழிலாளர்களால் இந்த மகத்தான மாற்றத்தை ஏற்றுக் கொள்வதற்கே சில மணி நேரங்கள் பிடித்தன.

1917, அக்டோபர் 25. ரஷ்யா, முதல் முறையாக சிவப்பு ஆடையை அணிந்து கொண்டது.

போதும். இனி ரஷ்யாவில் ஒருவரும் ஒரு துளி ரத்தம் கூட சிந்தக் கூடாது. இனி சிந்த வேண்டியது வியர்வையை மட்டும்தான். புதிய அரசை கட்டுமானம் செய்ய வேண்டும். வேலைகளைத் தொடங்க வேண்டும். அரசாங்கம் என்றால் என்ன என்று மக்களுக்கு உணர்த்த வேண்டும். உடனே, உடனே!

சோவியத்தில் இனி அமைதி மட்டுமே நிலவ வேண்டும்.

ஸ்டாலின் தயாரானார்.

அக்டோபர் 26. புதிய சோவியத் அரசு தனது முதல் அமைதி பிரகடனத்தை வெளியிட்டது. யுத்தத்தில் ஈடுபட்டுள்ள நாடுகள் அனைத்தும் உடனடியாக யுத்தத்தை கைவிட வேண்டும் என்று அழைப்பு விடுத்தது. பிரகடனத்தை வாசித்தவர் லெனின்.

•

சோவியத்தின் புதிய சரித்திரம் தொடங்கியது.

உலுக்கியெடுத்த தொடக்கம் அது. ஒரு முனையில், போர். மறு முனையில் பஞ்சம். அரசாங்க கஜானா காலி. யுத்த செலவுகளைச் சமாளிக்க கஜானாவை கவிழ்த்ததோடு நிற்காமல் இஷ்டத்துக்கு கடன் வேறு வாங்கிச் செலவழித்திருந்தார் திருவாளர் ஜார்.

தொழிற்சாலைகள் மூடிக் கிடந்தன. மக்களுக்கு வேலை இல்லை. உணவு இல்லை.

'மக்களே, புரட்சி வெற்றி பெற்றுவிட்டது. புதிய சோவியத் மலர்ந்து விட்டது!' என்று தெருவுக்குத் தெரு லவுட் ஸ்பீக்கர் வைத்து பீற்றிக் கொள்வதால் என்ன பயன்?

போல்ஷ்விக் கட்சியால் புதிய அரசாங்கத்தை அமைக்க முடிந்ததற்கு முக்கியக் காரணம், லெனின் மற்றும் ஸ்டாலின் மீது மக்களுக்கு உள்ள நம்பிக்கை. தவிரவும், உருப்படியாகவும் ஒழுக்கமாவும் இருந்த ஒரே கட்சி இவர்களுடையதுதான்.

பிழைப்பதற்கு நிலம். சாப்பிடுவதற்கு ரொட்டி. அமைதி. மக்களின் குறைந்தபட்ச எதிர்பார்ப்புகள் இவைதான். இவற்றை எதிர்பார்த்துத் தான் மக்கள் புரட்சி அரசாங்கத்தை ஏற்படுத்தினார்கள். இவற்றை அளிக்கிறோம் என்று சொல்லி போல்ஷ்விக்கும் புதிய அரசை அமைத்தது.

ஆட்சி மாற்றத்துக்கு அதிக நேரம் பிடிக்கவில்லை. பழுத்த பழம் மரத்திலிருந்து உதிர்வதைப் போல், தாற்காலிக ஆட்சி உதிர்ந்து விட்டது. ஆனால், புதிய சோவியத் ஆட்சியைத் தக்க வைப்பது, லேசுப் பட்ட வேலையாக இருக்கவில்லை.

ட்ராட்ஸ்கி தலைமையில் ஒரு குழு. நிகோலாய் புகாரின் (Nikolai Bukharin) தலைமையில் ஓர் இடது கம்யூனிஸ்ட் குழு. இந்த இருவரும் இணைந்து சோவியத் அரசாங்கத்தை முடக்கிப் போட என்னென்ன செய்ய முடியுமோ அத்தனையையும் செய்தார்கள்.

ஸ்டாலினுக்கு ட்ராட்ஸ்கி விஷயத்தில் சுத்தமாக நம்பிக்கை இல்லை. ட்ராட்ஸ்கியை நம்பினால் சோவியத் பாழாகிவிடும். முதல் உலகப் போரை நிறுத்த வேண்டாம், தொடர்ந்து போரிடுவோம் என்கிறார் ட்ராட்ஸ்கி. எதற்காகத் தொடர்ந்து போரிட வேண்டும்? ஏற்கெனவே குன்றிமணி அரிசிகூட இல்லை. இன்னமும் என்ன எதிர்பார்க்கிறார்கள் இவர்கள்?

கடுமையான சூழல். கடந்தாக வேண்டும். லெனின், ஸ்டாலின், இருவரை விட்டால் வேறு யாருமில்லை.

ஜெர்மனி சிறிது சிறிதாக ரஷ்யாவை நோக்கி நகர்ந்து கொண்டிருந்தது. நார்வா (Narva), பிஸ்கே (Pisko) இரு பகுதிகளையும் ரஷ்யா சுற்றி வளைத்தது. அடுத்து பெட்ரோகிராட்தான்.

சோவியத் விழித்துக் கொண்டது. போரில் கலந்து கொள்வதில் விருப்பம் இல்லாவிட்டாலும், வாசலுக்குள் புகுந்த எதிரிகளைச் சும்மா விட முடியுமா? பதிலடி தர வேண்டாமா?

பதிலடி தரும் பொறுப்பை ஸ்டாலினிடம் ஒப்படைத்தார் லெனின்.

ஸ்டாலின், உடனடியாகப் பணிகளைத் தொடங்கினார். முதலில், மக்களிடம் பிரசாரம். 'ரஷ்யாவுக்கு ஆபத்து. சோவியத் அரசுக்கு ஆபத்து. மக்களே, ஒன்று கூடுங்கள்!'

அடுத்து ராணுவத்தினரை ஒன்றுபடுத்தினார். 'பகைவர்களை விரட்டி யடிக்க வேண்டும். எல்லோரும் தயாராகுங்கள். உடனே. உடனே!'

சுருண்டுக் கிடந்த மக்கள் விழித்துக் கொண்டனர். அப்போதுதான் புதிதாக அமைக்கப்பட்டிருந்த செம்படை (Red Army) பதிலடி கொடுக்கத் தயாரானது.

விரைவில், ஜெர்மனியப் படை விரட்டியடிக்கப்பட்டது. ஆனால், லாட்வியா, எஸ்தோனியா, போலந்து போன்றவை ஜெர்மனியால் அபகரிக்கப்பட்டன. சோவியத்துக்கு மேலும் நெருக்கடியை

ஏற்படுத்தும் வகையில், 'என்னைத் தனியாக விட்டு விடுங்கள். நான் கழன்று கொள்கிறேன்' என்று உக்ரைன் கொடி பிடித்து போராட ஆரம்பித்தது.

ஜெர்மனி மீண்டும் தாக்கலாம் என்பதால், சோவியத்தின் தலைநகரத்தை பெட்ரோகிராடிலிருந்து மாஸ்கோவுக்கு மாற்றி அமைத்தது அரசு.

கட்சியின் பெயரும் மாற்றியமைக்கப்பட்டது. ரஷ்யக் கம்யூனிஸ்ட் கட்சி (போல்ஷ்விக்). அதாவது, Russian Communist Party (Bolshevik). கட்சியைப் பலப்படுத்தும் பணி தொடங்கப்பட்டது. கட்சியின் பொதுச் செயலாளராக, ஸ்டாலின் நியமிக்கப்பட்டார்.

மார்ச் 3, 1918-ம் ஆண்டு ரஷ்யா போரிடும் நாடுகளுடன் ஓர் உடன்படிக்கை (Treaty of Brest-Litovsk) செய்து கொண்டது. இந்த உடன்படிக்கையின் மூலம் ரஷ்யா தெரிவித்த செய்தி இதுதான்.

'ஐயா, எங்களை விட்டு விடுங்கள். உங்களுடன் மல்லுக்கட்டிக் கொண்டு போராடும் அளவுக்கு எங்களுக்குத் தற்போது தெம்பு இல்லை. உருப்படியாகச் செய்வதற்கு எங்களுக்கு வேறு வேலைகள் இருக்கின்றன.'

●

எல்லாம் உடனே, உடனே எடுக்கப்பட்ட முடிவுகள்.

எல்லாவற்றுக்கும் பின்னால் ஸ்டாலின் அமைதியாகப் பணியாற்றிக் கொண்டிருந்தார். ரஷ்யா முழுவதும் பயணம் செய்தார். ஒவ்வொரு நிமிடமும் மாறி வரும் சூழலை அப்போதைக்கு அப்போதே ஆய்வு செய்தார்.

ஸ்டாலின் தன்னை ஒரு பலம் பொருந்திய தலைவராக, சோவியத்தின் இன்றியமையாத சக்தியாக மாற்றியமைத்துக் கொண்டது இந்தத் தருணத்தில்தான். ஸ்டாலின் இல்லாமல் ஒரு நாள் கூட லெனினால் இருக்க முடியாது என்னும் நிலை உருவானது.

வார்த்தைகளால் வர்ணிக்கவே முடியாத சிக்கல்கள் குரல்வளையை நெருக்கும் நெருக்கடிகள். அசராமல், அநாயாசமாகச் சமாளித்தார் ஸ்டாலின். முக்கிய முடிவுகள் அனைத்தும் ஸ்டாலினின் ஆலோசனைக்குப் பிறகே எடுக்கப்பட்டன.

ஒரு முக்கியமான கோப்பைச் சுமந்து கொண்டு லெனினின் அலுவலகத்துக்குள் நுழைவார்கள்.

'இன்றே இதற்கான முடிவு எடுக்கப்பட வேண்டும். நெருக்கடியான நிலை.'

லெனின் யோசிப்பார்.

'அப்படியா? சரி ஸ்டாலின் எங்கே?'

'தற்போது அவர் பயணம் செய்து கொண்டிருக்கிறார்.'

'அவர் வந்து விடட்டுமே!'

லெனின் தன்னிச்சையாக முடிவுகள் எடுப்பதில்லை என்பதல்ல இதன் பொருள். ஸ்டாலின் எந்த அளவுக்கு லெனினின் நம்பிக்கையைச் சம்பாதித்துக் கொண்டார் என்பதுதான் புரிந்து கொள்ளப்பட வேண்டிய சங்கதி.

•

கட்சிக்குள் ஸ்டாலினின் செல்வாக்கு அதிகரித்துக் கொண்டே போனது. ஓர் அரசியல் தலைவராக மட்டுமே அவரை இதுவரை பார்த்திருந்த கட்சியினர், ஒரு தீரமிக்க ராணுவத் தலைவராகவும் அவரைப் பார்க்கத் தொடங்கினர். ஸ்டாலின் போர் சூழலைச் சமாளித்த விதம் அவர்களை அசர வைத்தது.

சோவியத் பூத்ததே அப்போதுதான். சிறிய செம்படை. அதுவும் கூட அப்போதுதான் தவழத் தொடங்கியிருந்தது. சிறிய கட்சி. சிறிய தலைமைக் குழு. இவற்றைக் கொண்டு ஜெர்மனி போன்ற ஏகாதிபத்திய நாடுகளின் போர் வெறித் தாக்குதலைச் சமாளித்தாக வேண்டும். உள்நாட்டுக் கலவரங்களை அடக்கியாக வேண்டும்.

ஸ்டாலின் செய்தது அதைத்தான்.

1917-ம் ஆண்டு, 'ஆர்டர் ஆஃப் தி ரெட் பேனர்' (Order of the Red Banner) விருது, ஸ்டாலினுக்கு வழங்கப்பட்டபோது, ஒட்டுமொத்த ரஷ்யாவும் அதைக் கொண்டாடியது.

ஆனாலும், ஸ்டாலினை வெறுக்க, அவரது உறுதியான முடிவுகளை விமர்சிக்க மென்ஷ்விக்குகளும், கலகக்காரர்களும் தயங்கவில்லை. ட்ராட்ஸ்கி, புகாரின் போன்றவர்கள் ஸ்டாலினுக்கு எதிராகப் பட்ட வர்த்தனமாகக் கருத்துச் சொல்ல ஆரம்பித்தனர்.

'என்னதான் இருந்தாலும் ஸ்டாலினுக்குப் போர்முனையில் பயிற்சி இல்லை. முக்கிய நாடுகள் அனைத்தும் போரில் ஈடுபட்டுக் கொண்டி ருக்கும் சமயத்தில், இவர் மட்டும் பின் வாங்கிவிட்டார்.'

'ஆமாம். எத்தனைப் பெரிய அவமானம். இவரது பெயர் கெட்டுப் போனது மட்டுமல்லாமல் ரஷ்யாவின் பெயரும் சேர்த்தே அல்லவா சீரழிக்கப்படுகிறது.'

'நமக்குத் தெரிகிறது. ஆனால் லெனினுக்குத் தெரியவில்லையே. ஸ்டாலின் சொன்னால் அவருக்குத் தேவ வாக்கு. நீங்களே பார்த்துக் கொள்ளுங்கள் என்று சொல்லி விலகிவிடுகிறார்.'

'ரஷ்யாவை இவர் இன்னமும் என்னவெல்லாம் செய்யப் போகிறார் என்பதைப் பொறுத்திருந்து பார்ப்போம்.'

ஸ்டாலின் மீது லெனின் தனிப்பட்ட முறையில் அன்பு செலுத்துவது கட்சிக்குள் பெரும் புகைச்சலை ஏற்படுத்தியது.

ஒரு சமயம் திடீரென்று ஸ்டாலினுக்கு உடல்நலம் மோசமடைந்தது. பரிசோதித்துப் பார்த்ததில் அவருக்கு வயிற்றுப் பிரச்னை இருப்பது தெரியவந்தது. கட்டாயம் அறுவைச் சிகிச்சை செய்ய வேண்டும் என்று சொல்லிவிட்டார்கள். கூடவே, ஓர் எச்சரிக்கை. உயிருக்கே ஆபத்தை ஏற்படவும் வாய்ப்பு இருக்கிறது.

ஆடிப் போய்விட்டார் லெனின். தினமும் மருத்துவமனைக்கு விரைந்து வந்து ஸ்டாலினைச் சந்தித்தார். ஒரு நாளைக்கு இரண்டு முறை.

'ஸ்டாலின், உங்களுக்கு என்ன உதவி தேவைப்பட்டாலும், எப்போது வேண்டுமானாலும் தயங்காமல் என்னைக் கூப்பிடுங்கள்.'

'நன்றி.'

அறுவை சிகிச்சை முடிந்து ஸ்டாலின் படுக்கையை விட்டு எழுந்திருக்கும் வரை லெனினின் பிரத்தியேக கரிசனமும், அரவணைப்பும் ஸ்டாலினுக்குக் கிடைத்தது.

போதாது?

இந்த ஒற்றைக் காரணத்துக்காகத்தான் ஸ்டாலின் பின்னாள்களில் பல கடுமையான விமர்சனங்களை சந்திக்க வேண்டியிருந்தது.

●

கைதான ஜார் மன்னர்களையும், அவர்களது சகலபாடிகளையும் விசாரிக்க லெனின் ஏற்பாடு செய்தார். அதற்குள் உள்நாட்டுப் பிரச்னை அதிகரித்ததால், லெனினால் மீண்டும் ஜார் விஷயத்தில் கவனம் செலுத்த முடியவில்லை. அந்த இடைப்பட்ட காலத்தில், உள்ளூர் சோவியத் அமைப்புகளைச் சார்ந்தவர்கள், விசாரணை தொடங்குவதற்கு முன்பே ஜார் வம்சத்தினருக்கு மரண தண்டனை வழங்கினர். இந்த விஷயம், லெனினின் கவனத்துக்கு பின்னர் சென்றது.

இதற்கிடையே, இரண்டு முக்கிய மாற்றங்களை லெனின் கொண்டு வந்தார்.

முதலில் செக்கா (Cheka) என்னும் காவல் படை உருவாக்கப்பட்டது. சரியகச் சொல்ல வேண்டுமானால், டிசம்பர் 12, 1917-ம் ஆண்டு இந்த அமைப்பு உருவாக்கப்பட்டது. ஆரம்பிக்கப்பட்ட போது இது ஒரு ரகசிய உளவு அமைப்பாகவே இருந்தது. இதன் முக்கியப் பணிகள் இரண்டு.

ஒன்று, போல்ஷ்விக் அரசாங்கத்தின் எதிரிகள் யார் யார் என்பதைக் கண்டுபிடிக்க வேண்டும். இரண்டு, எதிரிகளிடம் இருந்து சோவியத்தைக் காப்பாற்ற வேண்டும். ரகசிய அமைப்பு என்று சொல்லிக் கொண்டாலும், இதன் நடவடிக்கைகள் வெளிப்படையாகத்தான் இருந்தன.

இரண்டாவது முக்கிய மாற்றம், அதல பாதாளத்தில் இருந்த பொருளா தாரத்தைத் தூக்கி நிறுத்தும் நோக்கில், புதிய பொருளாதாரக் கொள்கையை (New Economic Policy) அறிமுகப்படுத்தியது. NEP என்று அழைக்கப்பட்ட இந்த நவீன கொள்கையின் நோக்கம், உற்பத்தியைப் பெருக்குவது. நிறைய வேலை செய்ய வேண்டும். நிறைய உற்பத்தி செய்ய வேண்டும். இதுதான் தாரக மந்திரம்.

ரயில்வே, சுரங்கம் மற்றும் கனரக தொழிற்சாலைகளை அரசு தன் நேரடிக் கட்டுப்பாட்டின் கீழ் கொண்டு வந்தது. மற்றபடி, சிறு மற்றும் பெரு உற்பத்திகள் அரசாங்கத்தால் ஊக்குவிக்கப்பட்டன.

சிறிது சிறிதாக சோவியத் முன்னேறத் தொடங்கிய அதே சமயம், மிகப் பெரிய சோகம் ரஷ்யர்களைப் புரட்டிப் போட்டது.

8. சர்ச்சைகளின் தொடக்க விழா

1918, ஆகஸ்ட் மாதம்.

ஒரு பொதுக் கூட்டத்தை முடித்துக் கொண்டு லெனின் திரும்பியபோது, திடீரென்று ஃபன்யா கப்லான் (Fanya Kaplan) என்னும் பெண் குறுக்கே புகுந்து லெனினை நோக்கி துப்பாக்கியால் சரமாரியாகச் சுடத் தொடங் கினார். அடுத்தடுத்து மூன்று குண்டுகள். அவற்றில் இரண்டு குண்டுகள் லெனினின் தோள்பட்டையில் பாய்ந்தன.

அப்படியே சுருண்டு விழுந்துவிட்டார் லெனின். பெரிய பாதிப்பு இல்லை. ஆனால், தோளில் பாய்ந்த குண்டு களை அகற்ற முடியவில்லை. நான்கு ஆண்டுகளுக்குப் பிறகு, அந்தக் குண்டுகளை அகற்றுவதற்காக, அறுவை சிகிச்சை செய்யப்பட்டது. சிகிச்சை தோல்வியில் முடிந்தது. பக்கவாதத்தால் பாதிக்கப்பட்டார் லெனின். உடலின் வலது பாகத்தை அசைக்க முடியவில்லை. பேசும் திறனையும் இழந்தார்.

ஸ்டாலின் தனக்கு ஏற்பட்ட அதிர்ச்சியைக் கட்டுப் படுத்திக் கொண்டு, கட்சிப் பணிகளைத் தொடர்ந்தார். லெனின் சீக்கிரம் குணமாகிவிடுவார், மக்கள் கலவர மடைய வேண்டாம் என்று மக்களுக்கு நம்பிக்கை யூட்டினார்.

லெனினை பிரத்தியேகமாகக் கவனித்துக் கொண்டார் ஸ்டாலின். ஒவ்வொரு நாளும் அரசாங்கத்தில் என்ன நடந்தது, நாட்டில் நடந்த முக்கிய சம்பவங்கள்

என்னென்ன என்று அருகிலிருந்து விவரித்தார். எந்தவொரு முடிவையும் அவரைக் கலந்தாலோசித்த பிறகே எடுத்தார்.

ஜனவரி 21, 1924 அன்று லெனின் காலமானார். ரஷ்யா, விக்கித்து நின்றது.

ரஷ்யாவை பெரும் துக்கம் கவ்விக் கொண்டது. லெனினின் இறுதிச் சடங்கின் போது, ஒட்டுமொத்த ரஷ்யாவும் திரண்டது. ஸ்டாலின் லெனினுக்கு அஞ்சலி செலுத்தும் வகையில் உருக்கமாக உரையாற்றினார்.

'தோழர் லெனின், உங்கள் கட்டளைகளை நாங்கள் நிறைவேற்று வோம். பாட்டாளி வர்க்கத்தைக் காப்பாற்றுவோம். தொழிலாளர்கள் மற்றும் விவசாயிகளின் கூட்டணியை வலுப்படுத்துவோம். உலகம் எங்குமுள்ள உழைக்கும் மக்களின் ஒன்றியத்தை விரிவுப்படுத்துவோம். இது உறுதி.'

அடுத்த நிமிடமே சர்ச்சைகள் ஆரம்பித்துவிட்டன. அத்தனைச் சர்ச்சைகளுக்கும் மையப் புள்ளி ஸ்டாலின். ஸ்டாலின் மட்டுமே.

முதலில் கட்சித் தலைமை குறித்த சிக்கல்!

கட்சியை நிர்வகிக்கும் பொறுப்பை ஸ்டாலின், காமனேவ் (Kamanev) மற்றும் ஜினோவியெவ் (Zinoviev) மூவரும் ஏற்றுக் கொண்டனர். இந்த இரண்டு பேர் முக்கியமல்ல. இவர்களை எதிர்த்து களத்தில் குதித்தவர்கள் இரண்டு பேர். ஒருவர் ட்ராட்ஸ்கி. மற்றொருவர் புகாரின்.

இருவருடைய புகாரும் ஒன்றுதான். லெனினுக்குப் பிறகு யார்? ஸ்டாலினா? ஆம் எனில், ஏன்? நாங்கள் மட்டும் என்ன இளிச்ச வாயர்களா? எங்களால் தலைமைப் பொறுப்பை ஏற்றுக் கொள்ள முடியாதா?

ட்ராட்ஸ்கி, ஸ்டாலின் மீது இரண்டு முக்கியக் குற்றச்சாட்டுகளைச் சுமத்தினார். ஒன்று, லெனினின் இறுதிச் சடங்கு எப்போது நடை பெறுகிறது என்னும் சரியான தகவலை ஸ்டாலின் எனக்குத் தர வில்லை. தவறான தேதியைச் சொல்லி என்னைக் குழப்பிவிட்டார்.

சரி, இறுதிச் சடங்கில் ட்ராட்ஸ்கி கலந்து கொள்ளாததற்கும் தலைமைப் பொறுப்பை அவர் தவற விட்டதற்கும் என்ன தொடர்பு? இருக்கிறது. லெனினுக்குப் பிறகு அவரது பொறுப்பை ஏற்றுக்கொள்ளும் நபர், நிச்சயம் ஒரு தீவிர லெனின் ஆதரவாளராக இருக்க வேண்டும். காரணம், லெனின் மீது மக்கள் வைத்திருந்த அன்பு. இந்த வாய்ப்பை பயன் படுத்தித்தான் ஸ்டாலின், மக்கள் முன் தோன்றி லெனினின் இறுதிச் சடங்கின் போது உரையாற்றியிருக்கிறார். ஆகவே, மக்களின் ஆதரவு அவருக்குக் கிடைத்திருக்கிறது.

திடுக்கிட வைக்கும் மற்றொரு குற்றச்சாட்டும் ஸ்டாலின் மீது முன்வைக்கப்பட்டது.

'லெனின், தான் இறப்பதற்கு முன்பு ஒரு உயில் எழுதி வைத்திருந்தார். ஸ்டாலின் கட்சியின் தலைமைப் பொறுப்பை ஏற்றுக் கொள்ளக் கூடாது என்று அவருடைய உயில் சொல்கிறது!'

ஒட்டுமொத்த ரஷ்யாவும் இந்தக் குற்றச்சாட்டைக் கேட்டு அதிர்ந்து போனது. லெனின் உண்மையிலேயே உயில் எழுதினாரா? அல்லது இது எதிரிகளின் வதந்தியா? அவர் உயில் எழுதியது உண்மை எனில், ஸ்டாலின் உள்ளிட்ட யாரும் அது பற்றி வாயைத் திறக்காதது ஏன்?

விசாரித்த போது, லெனின் உண்மையிலேயே உயில் எழுதிய விஷயம் தெரியவந்தது. உயில். கூடவே சில கடிதங்களும். ட்ராட்ஸ்கி போன்ற வர்கள் சுட்டிக் காட்டியபடி, ஸ்டாலினைப் பற்றிய பல எதிர்மறையான எண்ணங்கள் அதில் பதிவாயிருந்தன.

கடித எண். 3, ஜனவரி 4, 1923.

'ஸ்டாலின் மிகுந்த சிடுசிடுப்புடையவர். நம்மிடையே இந்தக் குறைபாடு சகித்துக் கொள்ளப்படலாம். ஆனால், பொதுச் செயலாளர் என்ற முறையில் இது சகிக்க முடியாதது. எனவே, அந்தப் பதவியி லிருந்து ஸ்டாலினை நீக்கிவிட்டு, வேறொருவரை அந்த இடத்தில் நியமிக்கும் வழிவகை பற்றித் தோழர்கள் சிந்திக்க வேண்டும் என்று நான் யோசனை கூறுகிறேன்.

அந்த நபர், ஸ்டாலினிலிருந்து மாறுபட்டவராக இருக்க வேண்டும். அவர் கூடுதல் சகிப்புத் தன்மையும், விசுவாசமும், பக்குவமும், தோழர்களிடையே விட்டுக் கொடுக்கும் தன்மையும், மனம்போன போக்கில் செயல்படாத குணமும் கொண்டவராக இருக்க வேண்டும்.

இந்தச் சூழ்நிலை, முக்கியத்துவம் இல்லாத ஒன்றாகத் தெரியலாம். ஆனால், பிளவுக்கு எதிரான பாதுகாப்பு என்ற கோணத்திலும் ஏற்கெனவே நான் எழுதியிருப்பதைப் போல் ஸ்டாலின், டிராட்ஸ்கி இடையிலான உறவுகள் என்ற கோணத்திலும் பார்க்கும்போது, இது வெறும் விவரம் மட்டுமல்ல, தீர்மானகரமான முக்கியத்துவம் பெறக்கூடிய விவரம்.'

இது தவிர லெனின், ஸ்டாலினுக்குத் தனிப்பட்ட கடிதம் ஒன்றையும் எழுதியிருந்தார். அந்தக் கடிதம் இதோ.

மதிப்புக்குரிய தோழர் ஸ்டாலின்,

தொலைபேசியில் எனது மனைவியிடம் நீங்கள் கோபமாகப் பேசியிருக்கிறீர்கள். அவரைக் கண்டித்தும் இருக்கிறீர்கள். சொன்னதை

மறந்துவிட அவர் விருப்பம் கொண்டிருந்த போதும், ஜினோவி யோவும் காமனேவும் இதுபற்றி அவரிடம் கேட்டுள்ளனர். எனக்கு எதிராகப் பேசப்பட்டதை அவ்வளவு எளிதாக மறந்துவிட நான் விரும்பவில்லை.

எனது மனைவிக்கு எதிரான செயல் எனக்கு எதிரானதாகவும் நான் கருதுவேன் என்பதை வலியுறுத்த வேண்டிய அவசியமில்லை. எனவே, நீங்கள் சொன்னதைத் தவறென்று ஒப்புக் கொண்டு மன்னிப்புக் கேட்கப் போகிறீர்களா அல்லது நமக்கிடையே உள்ள உறவைத் துண்டித்துக் கொள்ளப் போகிறீர்களா என்பதைக் கவனத்துடன் நீங்களே முடிவு செய்யுங்கள் என்று கேட்டுக் கொள்கிறேன்.

லெனின்.

ஒன்றோடு ஒன்று தொடர்புபடுத்திப் பார்த்தபோது அனைவரும் அதிர்ந்து விட்டனர்.

கட்சிக்குத் தெரிந்த வரை லெனினும் ஸ்டாலினும் மிகவும் அந்நி யோன்யத்துடன் பழகியவர்கள். லெனின் எடுக்கும் அத்தனை முடிவு களிலும் ஸ்டாலின் சம்பந்தப்பட்டிருப்பார். ஸ்டாலினும் ஒவ்வொரு கட்டத்திலும், லெனினின் ஆலோசனையைப் பெறுகிறவர்தான். இருவருக்குமிடையில் பிரச்னை, புகைச்சல் என்று வந்து ஒருவரும் பார்த்தது கிடையாது. எனில், லெனின் ஏன் ஸ்டாலினைப் பற்றி இப்படி ஒரு மாறுபட்ட கண்ணோட்டத்தைப் பதிவு செய்யவேண்டும்? உண்மையில் என்ன நடந்தது?

முதலில் தொலைபேசி விவகாரத்தைப் பார்த்துவிடுவோம்.

ஸ்டாலின் இயல்பாகவே சிடுசிடுப்பானவர்தான். தலைவர், முக்கிய நபர் என்றெல்லாம் பார்க்க மாட்டார். வெடித்து விடுவார். சுருக்கென்று ஏதாவது சொல்லியும் விடுவார். இதே காரணத்துக்காக, ட்ராட்ஸ்கி உள்ளிட்ட அத்தனை தலைவர்களின் விரோதத்தையும் சம்பாதித்து கொண்டிருக்கிறார் ஸ்டாலின்.

லெனின் உடல் நலம் சரியில்லாமல் இருந்தபோது, அவருடைய மனைவி குரூப்ஸ்கயா, லெனின் சொல்லச் சொல்ல குறிப்புகள் எடுத்துக் கொண்டிருந்தார். அப்போது அறைக்குள் நுழைந்த ஸ்டாலின் வழக்கம் போல், சிடுசிடுப்பாகப் பேசிவிட்டார்.

'எதற்காக இப்போது அவரைத் தொந்தரவு செய்கிறீர்கள்? அவர் ஓய்வு எடுத்துக் கொள்ளட்டுமே!'

'ஆ, அவரைப் பற்றி என்னைவிட நீங்கள் அதிகம் கவலைப்படத் தேவையில்லை.'

‘உடல் நலம் சரியில்லாத ஒருவரை வேலை செய்ய விடலாமா? அவர் உணர்ச்சி வசப்பட்டால் ஆபத்து இல்லையா?’

‘இதோ பாருங்கள், கடந்த முப்பது ஆண்டுகளாக நானும் கட்சியில் பணியாற்றியவள்தான். இது வரை எந்த ஒரு தோழரும் என்னிடம் இப்படிப் பேசியது கிடையாது. அவர் எப்போது உணர்ச்சி வசப்படு வார், எப்போது சகஜமாக இருப்பார் என்று உங்களைவிட எனக்கு நன்றாகவே தெரியும்.’

மற்றொரு முறை, குரூப்ஸ்கயாவிடமிருந்து ஸ்டாலினுக்கு ஒரு கடிதம் வந்தது. கடிதம் கூட அல்ல. உத்தரவு. இதைச் செய், இப்படிச் செய், இதைச் செய்யாதே போன்ற உத்தரவுகள். அந்தக் கடிதம் லெனினிட மிருந்து வந்ததாகச் சொல்லப்பட்டாலும், உண்மையில் அதை அனுப்பியிருந்தவர் குரூப்ஸ்கயாதான்.

ஸ்டாலினுக்கு சுர்ரென்று கோபம் உச்சத்துக்கு ஏறிவிட்டது. குரூப்ஸ் கயாவை தொலைபேசியில் அழைத்தார்.

‘இனி மேல் இப்படிப்பட்ட கடிதங்களை எனக்கு அனுப்பாதீர்கள். இது லெனினிடமிருந்து வந்த கடிதமல்ல. உங்களிடம் இருந்து வந்த கடிதம். உங்களுடைய கட்டளைகள் எனக்குத் தேவையில்லை.’

‘அதெப்படி நீங்கள் அப்படிச் சொல்லலாம்? லெனினின் உடல் நலம் தேறட்டும். பிறகு, நீங்கள் நிறைய வருந்த வேண்டியிருக்கும்.’

‘பார்க்கலாம். நான் என்ன செய்ய வேண்டும் என்று யாரும் எனக்கு சொல்லித் தர தேவையில்லை.’

கோபத்துடன் தொலைபேசியை கீழே வைத்துவிட்டார் ஸ்டாலின்.

குரூப்ஸ்கயா இது பற்றி லெனினிடம் புகார் கொடுக்க, அவர் ஸ்டாலினிடம் கடிந்து கொண்டிருக்கிறார். லெனினைப் புண்படுத்தி விட்டோம் என்பதை அறிந்து துடித்துப்போன ஸ்டாலின் ஒரு மன்னிப்புக் கடிதம் எழுதி, குரூப்ஸ்கயாவுக்கு அனுப்பி வைத்தார்.

மற்றபடி, லெனின்-ஸ்டாலின் உறவில் இறுதிவரை எந்தவித விரிசலும் கிடையாது. ட்ராட்ஸ்கி போன்றோர் கூச்சலிட்டபடி, குடுமிப்பிடி சண்டை எல்லாம் இல்லை. தவிரவும், அவர் ஸ்டாலினை மட்டும் கடுமையாக விமர்சிக்கவில்லை. கட்சியிலுள்ள அத்தனைப் பேரையும், விமர்சித்திருந்தார். இந்தக் காரணத்துக்காகத்தான் லெனினின் இந்தக் கடிதங்களை கட்சி நீண்ட காலத்துக்கு வெளியிடவில்லை.

இருந்தாலும், லெனினிடமிருந்து இப்படி ஒரு கடிதம் வந்ததை ஸ்டாலினால் ஜீரணித்துக் கொள்ள முடியவில்லை. ஸ்டாலின்

மரணமடைந்த போது, அவரது மேஜை டிராயரில் லெனினின் கடிதமும் காணப்பட்டது. தன் வாழ்நாள் முழுவதும் இதற்காக வருந்தினார் ஸ்டாலின்.

லெனின், ஸ்டாலினை மட்டும் விமர்சிக்கவில்லை. ட்ராட்ஸ்கி யையும் சேர்த்தே விமர்சித்திருந்தார். ட்ராட்ஸ்கிக்கு இது பற்றி பின்னர் தெரியவந்த போது, அதிர்ச்சியடைந்த அவர், லெனினின் உயிலையும் இறுதிக் கடிதங்களையும் வெளியிட வேண்டாம் என்று வாதாட ஆரம்பித்தார். தனது இறுதி நாள்களில் லெனினால் தெளிவாகச் சிந்திக்க முடியாமல் போய்விட்டது. அதனால்தான் யோசிக்காமல் கொள்ளாமல் இப்படியெல்லாம் எழுதியிருக்கிறார் என்னும் வாதம் முன்வைக்கப் பட்டது.

ஆனால், லெனினின் உயில் வெளியிடப்பட்டது. மக்கள் யோசித்தனர். ட்ராட்ஸ்கி, லெனின் இருவரையும்தான் லெனின் விமர்சித்திருக்கிறார். கடிதங்களை வெளியிட வேண்டாம் என்றார் ட்ராட்ஸ்கி. ஆனால் ஸ்டாலினோ அதைப் பற்றி கவலைப்பட்டதாகத் தெரியவில்லை. தொடக்கத்திலிருந்தே உயிரைக் கொடுத்துப் போராடியவர் ஸ்டாலின். கட்சியில் இணைவதற்கு முன்பாகவே கட்சியின் அறிவிக்கப்படாத கொள்கைப் பரப்புச் செயலாளராக இருந்தவர். ட்ராட்ஸ்கியை அப்படிச் சொல்ல முடியாது. புரட்சி வெற்றி பெறும் சமயமாகப் பார்த்து, என்னையும் சேர்த்துக் கொள்ளுங்கள் என்று ஓடி வந்து ஒட்டிக் கொண்டவர்.

ஸ்டாலினுடன் ஒப்பிட்டால், ட்ராட்ஸ்கி பல படிகள் கீழே இருக்கிறார். லெனினுடன் எப்போதும் விவாதம், சச்சரவு. லெனினின் கொள்கை களில் பெரிய ஈடுபாடு எல்லாம் கிடையாது. இன்னும் சொல்லப் போனால், லெனினுக்கு எதிரான தனது பார்வையை பல்வேறு சந்தர்ப்பங்களில் அழுத்தமாகப் பதிவு செய்தவர் இவர்.

தவிரவும் ஸ்டாலினை அறிந்திருந்த அளவுக்கு ட்ராட்ஸ்கியை மக்கள் அறிந்திருக்கவில்லை. அவரை ஓர் அறிவுஜீவியாக மட்டுமே எல்லோரும் பார்த்தார்கள். ஆனால், ஸ்டாலின் வளைத்துக் கட்டி வேலை செய்பவர். அதே சமயம், லெனினே ஆச்சரியத்துடன் பாராட்டும் வகையில் மார்க்ஸிய மெய் ஞானம் கொண்டவர்.

எல்லாவற்றையும் விட, லெனினின் மறைவுக்குப் பிறகு ஸ்டாலின் அளித்த ஒரு பதிலே மக்களை வசீகரித்துவிட்டது.

ஸ்டாலினிடம் கேட்கப்பட்ட கேள்வி இதுதான்.

'லெனினுக்குப் பிறகு கட்சிப் பொறுப்பை ஏற்று நடத்தும் தலைமைப் பண்பு யாரிடம் இருப்பதாக நினைக்கிறீர்கள்? அவர் இடத்தில் யார்?'

'லெனின் இருந்த இடத்தில் வேறு ஒருவரையும் அமர வைக்க முடியாது. அப்படிப்பட்ட ஒரு நபர் நம்மிடம் இல்லை. வேண்டு மானால் இப்படிச் செய்யலாம். ஒரு கமிட்டியை உருவாக்கி, அந்த கமிட்டியைத் தலைமைத் தாங்கச் சொல்லலாம்!'

அடுத்து நான்தான் என்று ஸ்டாலின் அறிவித்துவிட வில்லை. ட்ராட்ஸ்கியால் இப்படி பதிலளித்திருக்க முடியுமா?

எனில், இருவரில் யார் தகுதியான ஆளாக இருக்க முடியும்?

லெனின் திட்டினால் திட்டிக் கொண்டு போகட்டும். அவர் சிடுசிடுப் பானவரா? இருந்துவிட்டுப் போகட்டும். அவருக்கு பதவி ஆசையா? இப்போது என்ன அதற்கு? மக்களுக்குத் தெரிந்தது ஒன்றுதான். லெனின். லெனினுக்குப் பின் ஸ்டாலின். லெனின் இடத்தில் அமர வைக்க அவர்களால் வேறு ஒருவரை நினைத்துப் பார்க்க முடிய வில்லை.

ஸ்டாலின் இதை உணர்ந்து கொண்டார்.

இனி, போராட்டம்தான். முதலில் பதவி. தலைமைப் பொறுப்பை ஏற்றுக் கொள்ளுங்கள் என்று மக்களே முன்வந்து சொல்கிறார்கள். அவர்களது கோரிக்கையைத் தட்ட முடியாது. தலைமைப் பொறுப்பை நான் ஏற்றுக் கொள்ளத்தான் வேண்டும்.

'லெனினின் கனவுகள் அத்தனையும் எனக்குப் பரிச்சயமானவை. அவற்றை ஒவ்வொன்றாக நிறைவேற்ற வேண்டும். உலகத்துக்கே முன்மாதிரியான முதல் சோஷலிஸ நாடாக, சோவியத் திகழ வேண்டும். சோவியத் மக்களுக்கு மட்டுமில்லாமல் உலகிலுள்ள அத்தனை உழைக்கும் மக்களுக்கும் ஆதர்சன நாடாக சோவியத் இருக்க வேண்டும்!'

ட்ராட்ஸ்கி, புகாரின் என்று எத்தனைப் பேர் தடுத்தாலும், நான் கலங்கப் போவதில்லை. ஒரு நிமிடம் கூட இனி ஓய்வு கிடையாது.

கட்சியில் சிலருக்கு அதிருப்தி இருக்கலாம். என்னை கடுமையாக விமர்சிக்கலாம். கடினமான முடிவுகளை எடுக்க வேண்டியிருக்கலாம். பரவாயில்லை. அடித்து ஆட நான் தயார். மோத விரும்புபவர்கள் மோதலாம்!'

ஸ்டாலின் தயாரானார்.

முதல் காரியமாக, ட்ராட்ஸ்கியை கட்சியிலிருந்து நீக்கினார். 'நீ செய்த சேவைகள் போதும். மக்களுக்கு நிறைய நல்லது செய்துவிட்டாய். கட்சிக்கும் நிறைய நல்ல பெயர் வாங்கிக் கொடுத்துவிட்டாய். சரி. போய் வா!'

கட்சிப் பொறுப்பை பகிர்ந்து கொண்டிருந்த காமனேவ், ஜிநோவியெவ் இருவரும் குரூப்ஸ்கயாவிடம் சேர்ந்து புதுக் கட்சி ஆரம்பித்தனர். ஸ்டாலின் அவர்களை அழைத்தார். ஒரே ஒரு வரி. 'தோழர்களே, சென்று வாருங்கள்!'

இப்போது ஸ்டாலின் மட்டும்தான். கம்யூனிஸ்ட் கட்சியின் பொதுச் செயலாளர். கட்சி அவரிடம். சோவியத் ரஷ்யா அவரிடம். மக்கள் அவரிடம்.

இதுவரை நடத்திய போராட்டங்கள் எதுவும் பெரிதில்லை. இனி மேல்தான் எல்லாம் தொடங்கப் போகிறது.

ஆரோக்கியமான மாற்றங்கள் பல ஏற்பட்டிருப்பது உண்மைதான். ஆனால், நிலைமை முற்றிலுமாக மாறிவிட்டது என்று சொல்வதற் கில்லை. சோஷலிஸத்தை நோக்கி தேசம் மெல்ல மெல்ல நகர்ந்து கொண்டிருக்கிறது. போர் முடிந்துவிட்டது. ஆனால் அதன் பாதிப்பி லிருந்து மக்கள் இன்னமும் முழுமையாக மீளவில்லை. நகரின் முக்கியத் தொழிற்சாலைகள் பல இன்னமும் திறக்கப்படவில்லை.

லெனின் கனவு கண்டபடி சிறு, பெரு முதலாளிகள் மறைந்து போக வில்லை. உலகின் முதல் சோஷலிஸ நாடாக சோவியத் உருவெடுக்கும் என்னும் கனவு மக்களிடம் நிறைந்திருந்தது. ஆனால் அந்தக் கனவு இன்னமும் நினைவாகவில்லை.

நாட்டை கட்டியமைக்க வேண்டும். சோஷலிஸம் வளர வேண்டும். யாருடைய உதவியும் இல்லாமல். ரஷ்யாவால் தன் சொந்தக் காலால் நிற்க முடியும் என்பதை உலகுக்கு மெய்ப்பிக்க வேண்டும். லெனின் தனக்கு வைத்திருக்கும் பெயரின் மகத்துவம் அப்போதுதான் அவருக்கே தெரிந்தது. ஸ்டாலின். எஃகைப் போன்ற உறுதியுடையவன். இரும்பைப் போல் வளையாதவன். சுத்த வீரன். ஆம், என்னை வரலாறு இனி இப்படித்தான் பதிவு செய்யப்போகிறது.

கட்சியை, அதிகாரத்தை பலப்படுத்த ஆரம்பித்தார். பொலிட் ப்யூரோவின் ஆதரவை உறுதி செய்துகொண்டார்.

'என்னதான் இருந்தாலும் ட்ராட்ஸ்கியை வெளியில் அனுப்பியிருக்கக் கூடாது'. 'புகாரின் பரம சாது, தங்கமானவர்,' 'காமனேவ், ஜிநோவியெவ் இருவரும் கட்சியின் கண்மணிகள். அவர்களை எப்படி வெளியில் அனுப்பலாம்?'

இப்படியெல்லாம் குசுகுசுவென்று புலம்பிப் கொண்டிருந்தவர்களை கூப்பிட்டு உட்கார வைத்து எச்சரித்தார். 'கட்சிக்குள் இருக்கிறாய் அல்லவா? இனி கட்சியில் இருக்க வேண்டும் என்று விரும்புகிறாய்

அல்லவா? ஆம் எனில், எதிர் கலகம் செய்யாதே. கட்சியை விமர்சிக்காதே. கட்சித் தலைமை எடுக்கும் முடிவுகளை டீ கடையில் உட்கார்ந்து பேசாதே.

கட்சியை ஒழுங்குப்படுத்த வேண்டும். கட்டுக்கோப்பாக வைத்திருக்க வேண்டும். சொல் பேச்சு கேட்காதவர்களை என்ன செய்ய? பூதத்தைக் காட்டி குழந்தையை மிரட்டுவதைப் போல், தலைமையின் பெயரைச் சொல்லி, கட்சியினரை மிரட்டுவது தேவையாக இருந்தது!'

சிறிதும் தயவு தாட்சண்யம் காட்டவில்லை ஸ்டாலின். நிர்த்தாட் சண்யமாக எல்லோரையும் நிராகரித்தார். 'லெனினுக்குத் தெரிந்தவரா? கட்சித் தொடங்கிய நாள் முதலாக இருக்கிறாயா? லெனினின் மனைவிக்குச் சொந்தக்காரரா? இருந்து விட்டு போ. எனக்குத் தேவை ஒழுங்கு. விசுவாசம். கட்சியோடு சேர்ந்து உயிரைக் கொடுத்து போராடு வதற்கான தீரம். முடியவில்லையா, ஆவணங்களைப் பார்த்துக் கொண்டு, டெலிஃபோனை அட்டெண்ட் செய்து கொண்டு சும்மா இரு. எதிர்த்துப் பேசாதே. புரளி பேசாதே. வித்தியாசமானவர் என்று கட்சியில் யாரும் இல்லை. யார் இல்லாவிட்டாலும் கட்சி இயங்கும். எல்லோரும் இல்லாவிட்டாலும் கட்சி இயங்கும். புரிந்து கொள்!

கட்சியைக் கூட்டினார்.

'மற்ற நாடுகளைப் பாருங்கள். குறிப்பாக ஐரோப்பா. எவ்வளவோ முன்னேறிவிட்டார்கள். அசுரத்தனமான வளர்ச்சியை அவர்கள் தொட்டுப் பிடித்திருக்கிறார்கள். அவை முதலாளித்துவ நாடுகள். அவர் களுடைய வழியை நாம் பின்பற்றத் தேவையில்லை. முதலாளிகள் மென்மேலும் கொழுத்துக் கொண்டே போவதையும், தொழிலாளர்கள் படுகுழிக்குப் பத்தடிக்குக் கீழே தள்ளப்படுவதையும் இனி நம்மால் சகித்துக் கொள்ள முடியாது.

நாம் சோஷலிஸ வழியிலேயே போவோம். லெனின் வகுத்துக் கொடுத்த பாதையிலேயே தொடர்ந்து பயணம் செய்வோம். நம்மால் சோஷலி ஸத்தைக் கட்டியமைக்க முடியும். விவசாயிகளை, தொழிலாளர்களை ஒன்றிணைக்க முடியும். அதற்கு உங்கள் அத்தனைப் பேரின் விசுவாச மான ஒத்துழைப்பும் தேவை!

விவசாயத் துறை. தொழில் துறை. இப்போதைக்கு இந்த இரண்டும் போதும். இவற்றைத் தீவிரமாகக் கவனித்தாலே நாடு நிமிர்ந்துவிடும்.

கூட்டுப் பண்ணைகள் உருவாக்கப்பட்டன.

விவசாயிகளுக்குத் தேவையான அத்தனை சலுகைகளையும் அரசாங்கம் வழங்கியது. தேவைப்படும் நிலம், விதைகள் அளிப்பது அரசாங்கத்தின்

பொறுப்பு. விவசாயிகளின் கடமை உற்பத்தியை பன் மடங்கு பெருக்குவது. தானியத்தைக் கொட்டி வைக்க இடம் இல்லையே என்று கையை விரிக்கும் அளவுக்கு உற்பத்தியை அவர்கள் பெருக்க வேண்டும். உற்பத்தி செய்யப்படும் உணவுப் பொருள்களை, அதாவது மிகுதியாக விளைந்தவற்றை அரசாங்கமே கொள்முதல் செய்து கொள்ளும். கொள்முதல் செய்யப்பட்ட தானியங்கள் ஏழை, எளிய மக்களுக்குப் பகிர்ந்தளிக்கப்படும். இதுதான் ஸ்டாலினின் திட்டம்.

பெரிய பெரிய நகரங்களில் கூட பட்டினி, பஞ்சம் நிறைந்திருந்ததால் இந்தத் திடீர் ஏற்பாடு. விவசாயிகளுக்கும் லாபம். அரசாங்கத்துக்கும் லாபம். பஞ்சத்தையும் ஒழித்ததுபோல் ஆகும்.

தொடக்கத்திலிருந்தே இந்தத் திட்டத்துக்கு நல்ல வரவேற்பு. விவசாயிகள் உற்சாகத்துடன் தமது விளைச்சலை அரசாங்கத்திடம் ஒப்படைத்தனர். ஆனால், ஒரு சில பகுதிகளில் உள்ள பண்ணை யாளர்கள், தானியங்களை அளிக்க மறுத்துவிட்டார்கள். குறிப்பாக, சைபீரியாவின் பல பகுதிகளிலிருந்து ஒரு குன்றிமணி தானியமும் அரசாங்கத்தைச் சென்றடையவில்லை.

ஸ்டாலின் சைபீரியா சென்றார். பண்ணையாளர்களைக் கூட்டி வைத்துப் பேசினார்.

'உபரியாக விளைந்த தானியங்களை அரசாங்கத்துக்கு அளிக்கச் சொல்லியிருந்தோம். இன்னமும் வந்து சேரவில்லை.'

'மன்னிக்கவும். எங்களால் தானியங்களைத் தர முடியாது.'

'உபரியாக விளைந்திருக்கும் பொருள்களைத் தானே நாங்கள் கேட்கிறோம். அவற்றைக் கொடுப்பதில் என்ன குறைந்துவிடப் போகிறீர்கள்?'

மக்களின் நெருக்கடியை அவர்களுக்கு விளக்கிப் பார்த்தார். அவர்கள் சம்மதிப்பதாக இல்லை.

உடனடியாக, ஒரு சட்டம் இயற்றப்பட்டது.

'உபரியாக விளையும் தானியங்களை ஒப்படைக்க மறுத்தால் குற்றவியல் சட்டம் 107-ன் படி, தண்டிக்கப் படுவீர்கள். காவல்துறை அதிகாரிகள் இதைக் கண்டிப்பாக மேற்பார்வை பார்க்க வேண்டும். தவறினால், சம்பந்தப்பட்ட அதிகாரிகள் உடனடியாக மாற்றப்படு வார்கள்!'

பண்ணையாளர்கள் சீறினார்கள். ஒன்று திரண்டார்கள். உட்கார்ந்து பேசினார்கள். என்ன செய்யலாம்? கலகம் செய்யலமா? எதிர்

புரட்சியாளர்களைத் தூண்டி விடலாமா? அரசாங்க அலுவலகங்களைச் சூறையாடலாமா? எல்லாவற்றையும் சிரத்தையுடன் செய்தார்கள். ஆனால், ஸ்டாலின் அவர்களை லாகவமாக எதிர்கொண்டார். துப்பாக்கி தூக்கி சண்டை போட்ட அத்தனைப் பேரும் ஒடுக்கப்பட்டனர். தானியங்கள் பலவந்தமாகக் கையகப்படுத்தப்பட்டன.

எங்கோ ஒரு பொந்திலிருந்து புகாரின் கத்தினார். 'ஐயோ! பார்த்தீர்களா, ஸ்டாலின் எத்தனைப் பெரிய அராஜகங்களைச் செய்து வருகிறார். பலவந்தமாகத் தானியங்களைப் பிடுங்குகிறார். கிட்டத்தட்ட பகல் கொள்ளை நடந்து கொண்டிருக்கிறது. சோவியத் இனி அதோகதிதான்.'

•

கட்சிக்குள் இருப்பவர்கள் தலைமையை விமர்சிக்கக் கூடாது என்று ஸ்டாலின் ஏற்கெனவே உத்தரவு போட்டிருந்தார். இதே ஸ்டாலின் போட்ட மற்றொரு உத்தரவு: 'தலைவர்களை விமர்சிக்கும் உரிமை மக்களுக்கு உண்டு. கட்சியைச் சார்ந்த எந்தவொரு நபராக இருந்தாலும் சரி, அவர் எத்தனைப் பெரிய பதவியில் இருந்தாலும் சரி, அவரைப் பற்றிய விமரிசனங்களை மக்கள் தாராளமாகத் தெரிவிக்கலாம். தெரிவிக்க வேண்டும்!'

இந்த விசித்திரமான முரண்பாட்டுக்கு ஒரு விசித்திரமான காரணம் உண்டு. கட்சித் தலைவர்களைவிட ஸ்டாலின், மக்கள் மீது அதிக நம்பிக்கைக் கொண்டிருந்தார். காரணம், கட்சிக்குள் பல எதிரிகள் ஒளிந்து கிடந்தார்கள். இவர்களைச் சமாளிப்பதுதான், பெரும் சிக்கலே. எந்தவொரு புதிய திட்டத்தை அறிமுகப்படுத்துவதாக இருந்தாலும் சரி, முதல் வேலையாக, 'அது விளங்காது!' என்பார்கள்.

'பண்ணையாளர்கள் அரசாங்கத்தோடு ஒத்துழைக்க மறுப்பதாகச் செய்திகள் வருகின்றன. இதுபற்றி ஏன் யாரும் எந்தவித நடவடிக்கையும் எடுக்கவில்லை?'

'ஐயோ, அவர்களைப் பகைத்துக் கொண்டால், பிறகு எப்படி அரசியல் நடத்துவது?'

ஸ்டாலினின் சிடுசிடுப்பு அதிகரிக்கும்.

'இதென்ன, பேத்தலாக இருக்கிறதே! இங்கு என்ன ஜார் ஆட்சியா நடந்து கொண்டிருக்கிறது? ம், உடனே செல்லுங்கள். பண்ணை யாளர்களின் நிலங்களை கைப்பற்றுங்கள்.'

'ஐயோ, அதில் ஒரு பிரச்னை. கமிட்டியை கூட்டி விவாதித்தால்தான் மேற்கொண்டு செயல்பட முடியம். பல நிர்வாகச் சிக்கல்கள் இதில் இருக்கின்றன!'

'கமிட்டிகள். விவாதங்கள். திட்டக் குழு. ஆலோசனை. பதினைந்தாவது கட்சி காங்கிரஸ். இருபத்தைந்தாவது கட்சி காங்கிரஸ். இப்படித்தான் நேரத்தை வீணடிப்பார்களே தவிர, உருப்படியாக ஒன்றையும் செய்ய மாட்டார்கள்.'

தவிரவும், ட்ராட்ஸ்கி போன்றோர் ஸ்டாலினுக்கு எதிராகப் பரவலாகப் பேசியும் எழுதியும் வந்தனர். தம்முடைய ஆதரவாளர்களை அழைத்து சில ரகசிய கட்டளைகளை ட்ராட்ஸ்கி பிறப்பித்திருந்தார். 'மூச்சு காட்டாமல் ஸ்டாலினின் கட்சி வட்டாரத்துக்குள் நுழைந்து விடுங்கள். அவருடன் இருப்பது போல் இருங்கள். சந்தர்ப்பம் நேரும்போது, என்ன செய்ய வேண்டுமோ அதைச் செய்து விடலாம்!'

இதனால் கட்சியினரின் வாயை ஸ்டாலின் பொத்தி வைத்திருந்தார்.

நடந்துகொண்டிருப்பது சர்வாதிகார ஆட்சியா என்று கேட்டால், ஸ்டாலின் அளிக்கும் பதில் இதுதான்.

'நிச்சயம் இது ஒரு சர்வாதிகார ஆட்சிதான். ஆனால், பாட்டாளி வர்க்க சர்வாதிகாரம்.'

ஓர் ஆட்சியாளர் சர்வாதிகாரியாக இருந்தால், அவர் வைத்ததுதான் சட்டம். ஆனால், பாட்டாளி வர்க்கம் சர்வாதிகாரியாக இருக்கும் பட்சத்தில், அங்கு மக்கள் வைப்பதுதான் சட்டம்.

'இதெல்லாம் நடக்காத கதை' என்றார் புகாரின்.

'சோவியத் விளங்கப் போவதில்லை' என்றார் ட்ராட்ஸ்கி.

ஸ்டாலின் எதுவும் பேசவில்லை. வேலையை ஆரம்பித்தார்.

9. இரும்புத் தலைவர்!

பிடித்துக் கொள், இதோ ஐந்து ஆண்டுத் திட்டம் (Five Years Plan) என்று ஸ்டாலின் முதன் முதலில் தனது திட்டத்தை அறிமுகப்படுத்திய போது, சோவியத் மட்டுமல்ல ஒட்டுமொத்த உலகமும் அவரைத் திரும்பிப் பார்த்தது.

லெனினைப் பற்றி அறிந்திருந்த அளவுக்கு ஸ்டாலினைப் பற்றி உலகம் அவ்வளவாக அப்போது அறிந்திருக்கவில்லை. பலருக்கு அவர் ஓர் சர்வாதிகாரி. சோவியத்தைச் சிறிது சிறிதாகச் சாப்பிடும் பூதம். மக்கள் ஆதரித்த ஒரு மோசமான கொடுங்கோலன். இன்னபிற.

அமெரிக்கா, பிரிட்டன் போன்ற நாடுகளுக்கு கம்யூனிஸம் என்றால் அலர்ஜி. கம்யூனிஸ்டுகள் அவர்களைப் பொறுத்தவரை ஆபத்தான நோய் களைப் பரப்பும் கிருமிகள். காரல் மார்க்ஸ் ஒரு கிருமி. எங்கெல்ஸ் ஒரு கிருமி. லெனின் ஒரு கிருமி.

ரஷ்யாவில் புரட்சி வெற்றி பெற்றதை கேள்விப் பட்டவுடன் பல நாட்டு அதிபர்களுக்கு ஜன்னியே பிறந்துவிட்டது. இதென்ன அக்கிரமம், தொழி லாளர்கள் அரசாங்கத்தைத் தூக்கியெறிவதா? அரசாங்கம் என்ன வாழைப் பழத் தோலா? இந்த கம்யூனிஸ்டுகளே விவகாரமானவர்கள்தான். கலகம், எதிர்க்கலகம், ராணுவப் புரட்சி, எதிர் ராணுவப் புரட்சி, ஆட்சிக் கவிழ்ப்பு, ஆட்சிப் பறிப்பு. வேறு வேலையா கிடையாதா இவர்களுக்கு?

லெனின் இல்லாத குறையைத் தீர்க்க இப்போது ஸ்டாலின். சரி, இதென்ன புதிதாக ஐந்தாண்டுத் திட்டம்? ரஷ்யாவில் என்ன நடந்து கொண்டிருக்கிறது?

ஸ்டாலின் வரைந்தளித்தது ஒரு வரைபடம். சோவியத் ரஷ்யாவின் வரைபடம். வரைபடத்தின் நடுவே குட்டிக் குட்டியாக சில புள்ளிகள். விட்டு விட்டு சில கோடுகள். வெவ்வேறு வண்ணங்களில். ஒவ்வொரு பகுதியிலும் ஒரு குறிப்பு. புதிய சாலைகள். புதிய ரயில் பாதைகள். புதிய கட்டடங்கள். புதிய தொழிற்சாலைகள். ஒவ்வொரு குறிப்பின் கீழும் ஒரு தேதி.

மொத்தம் ஐந்து ஆண்டுகள். திட்டமிட்டபடி, குறிப்பிட்ட வேலைகளைச் செய்து முடிப்போம் என்றார் ஸ்டாலின். 'ரஷ்யா இப்போது ஐம்பது ஆண்டுகள் பின்னோக்கி இருக்கிறது. தொழில் வசதி இல்லை. போக்குவரத்து வசதி இல்லை. முன்னேறுவதற்குத் தேவையான எந்தவொரு விஷயமும் இல்லை. இப்படியே நீடித்தால், பிறகு உலக நாடுகள் அனைத்தும் சேர்ந்து எங்களை விழுங்கி ஏப்பம் விட்டுவிடும்.'

ஐந்து ஆண்டுகளில் இத்தனை வேலைகளைச் செய்ய முடியுமா? செய்ய முடியும். செய்யதாக வேண்டும். இது ஸ்டாலினின் உத்தரவு.

பல்வேறு நாடுகளிலிருந்து வல்லுனர்கள் வரவழைக்கப்பட்டனர். வேலை பகிர்ந்தளிக்கப்பட்டது. ரயில் சாலைகள் அமைக்க ஒரு குழு. சாலைகள் அமைக்க ஒரு குழு. தொழிற்சாலைகள், கட்டடங்கள் கட்ட ஒரு குழு.

அமெரிக்காவிலிருந்து வந்த குழு, அநியாயத்துக்குச் சலித்துக் கொண்டது.

'இதென்ன பைத்தியக்காரத்தனமாக இருக்கிறதே! விஷயம் தெரிந்த யாராவது இப்படி அபத்தமாகத் திட்டம் போடுவார்களா? ஸ்டாலின் தன் வாயில் வந்ததைச் சொல்லியிருக்கிறார். நடக்கும் என்று உத்தரவாதம் இல்லை. பார்ப்போம்.'

1928-ல் முதல் ஐந்தாண்டு திட்டம் ஆரம்பிக்கப்பட்டது.

●

முதல் முறையாக, ஸ்டாலினைப் பற்றி அதிகமாகத் தெரிந்து கொள்ள மேற்குலகம் ஆர்வம் காட்டத் தொடங்கியது அப்போதுதான், புரட்சி என்று ஒன்று நடந்து ஜார் ஆட்சி வீழ்த்தப்பட்டது என்பதைத் தவிர ரஷ்யாவைப் பற்றி அவர்களுக்கு அதிகம் தெரியாது. காரணம், தெரிந்து கொள்ளத் தூண்டும் படியாக ரஷ்யாவில் எதுவும் நடக்கவில்லை என்பதே.

ஆனால் ஸ்டாலின் ஆட்சிக்கு வந்த பிறகு, சோவியத்தில் அனு தினமும் புதுப் புது மாற்றங்கள். செய்தித்தாளைப் பிரித்தால் ஏதாவது ஒரு செய்தி ரஷ்யாவிலிருந்து வந்திருக்கும். அல்லது ரஷ்யாவைப் பற்றி. அல்லது ஸ்டாலினைப் பற்றி.

தலைப்புச் செய்திகளைப் பார்க்கும்போதே புருவங்கள் உயரும். திங்கள் கிழமை. சாலைகள் அமைக்கும் பணி அசுர வேகத்தில் முன்னேறிக் கொண்டிருக்கிறது. செவ்வாய். ஸ்டாலின் தொடங்கி வைத்த கூட்டுப் பண்ணை முறைக்கு அமோக வெற்றி. புதன். உள்கட்சி பூசலை ஸ்டாலின் தீர்த்து வைத்தார். வியாழன். ஸ்டாலின் சைபீரியா சென்றார்; அங்குள்ள உற்பத்தி முறைகளை ஆராய்ந்தார். வெள்ளி. லெனினின் கருத்துக்களை எளிமையான முறையில் அறிமுகம் செய்து வைக்கும் ஸ்டாலினின் புத்தம் புதிய நூல். சனி. கட்சி கமிட்டியில் ஸ்டாலினிடம் காரசாரமான விவாதம். ஞாயிறு. ஜெர்மன் எழுத்தாளர் எமில் லுத்விக் (Emil Ludwig) ஸ்டாலினைப் பேட்டிக் கண்டார்.

என்னதான் நடக்கிறது ரஷ்யாவில்?

ஸ்டாலினின் தனிப்பட்ட வாழ்க்கையைப் பற்றி அவர்களுக்குக் கிடைத்த செய்திகள் அனைத்தும் ஆச்சரியமளிக்கக் கூடியதாக இருந்தன.

ஸ்டாலினின் வீட்டுக்கு நேரில் சென்று பார்த்த கட்சி உறுப்பினர்கள் தெரிவித்த விவரங்கள் இவை. சிறிய வீடு. முதல் மாடியில் ஜாகை. மொத்தம் மூன்று ஜன்னல்களைக் கொண்ட வீடு. மகன் யாகோ அறையின் ஒரு மூலையில் படுத்துத் தூங்கிக் கொண்டிருப்பான். எந்தவித ஆடம்பரமும் இருக்காது. கைவினைப் பொருள்கள், மான் கொம்பு, சிவப்புக் கம்பளம் எதுவும் கிடையாது.

புகை பிடிப்பார். அறையில் குறுக்கும் நெடுக்குமாக வேக வேகமாக நடப்பார். பேசுபவர்களின் முகபாவங்களை உன்னிப்பாகக் கவனிப்பார். எது பற்றிப் பேசினாலும் காது கொடுத்துக் கேட்பார். மாத வருமானம் ஐந்நூறு ரூபிள்கள்.

ஆ! மேற்குலக மக்களால் நம்பவே முடியவில்லை. சோவியத் ரஷ்யாவின் தலைவர். இரும்பு மனிதர். புரட்சி அரசாங்கத்தை வழிநடத்துபவர். இவரா?

இரும்பு மனிதரின் தனிப்பட்ட வாழ்க்கை மிக மிக எளிமையாக இருந்தது.

டிசம்பர் 1929-ல் ஸ்டாலினுக்கு ஐம்பதாவது வயது பூர்த்தியானது. (பிறந்தது டிசம்பர் 18, 1878). தனக்கு வந்துச் சேர்ந்த பரிசுப் பொருள் களைப் பார்த்ததும் அவர் குழம்பி நின்றார். எதற்காக இத்தனை

செலவழித்து ஆடம்பரப் பொருள்களை அனுப்ப வேண்டும்? பார்சல் பார்சலாக வந்துச் சேர்ந்த அந்தப் பரிசுப் பொருள்களை மொத்தமாக வாரி எடுத்து அருங்காட்சியகத்தில் கொண்டு வைத்து விட்டார். வாழ்த்துகள் அனுப்பிய அத்தனைப் பேருக்கும் கடிதம் எழுதினார்.

பத்து ஆண்டுகளுக்கு முன்னர்தான் நாடியா அலூலியேவா (Nadezhda Alliluyeva) என்பவரைத் திருமணம் செய்து கொண்டார். மிக மிக எளிமையான முறையில் நடை பெற்றது இவர்கள் திருமணம். இவர் மூலமாக இரண்டு குழந்தைகள் பிறந்தன. வாசிலி (Vasiliy) மற்றும் ஸ்வெத்லானா (Svetlana).

தன் மகன் யாகோவை ஏதோ கட்சி உறுப்பினரை நடத்துவதைப் போல்தான் நடத்தி வந்தார். ஏகப்பட்ட கண்டிப்பு. ஏகப்பட்ட ஒழுக்க விதிகள்.

ஐந்தாண்டுத் திட்டம் அமர்க்களமாக வேலை செய்தது.

லெனின்கிராட்டிலிருந்து (முன்னர் பெட்ரோகிராட்) வ்ளாடி வோஸ்டோக் (Vladivostok) செல்லும் வழியில் பல புதிய கட்டடங்கள் முளைக்க ஆரம்பித்தன. உதிரி பாகங்கள் தயாரிக்கும் தொழிற்சாலைகள், இயந்திரங்களைப் பழுது பார்க்கும் கம்பெனிகள் உருவாக்கப்பட்டன. சாதாரண விஷயங்கள்தான். ஆனால் ரஷ்யாவுக்கு இவை ஒவ்வொன்றும் புதுசு.

புதிய புதிய அறிவிப்புப் பலகைகள். 'தயவு செய்து வேறு வழியில் செல்லவும். சாலை அமைக்கும் பணி நடைபெற்றுக் கொண்டிருக்கிறது. சிரமத்துக்கு மன்னிக்கவும்!'

ஒவ்வொரு நாளும் குறிப்பிட்ட நேரத்துக்கு ஒரு ரயில் வண்டி வருவதையும் பயணிகளை ஏற்றிக் கொண்ட பின் குறிப்பிட்ட நேரத்துக்குள் அது கிளம்பிப் போவதையும் அதிசயமாக மக்கள் பேசிக் கொண்டனர்.

ஆச்சரியங்கள் தொடர்ந்தன.

'வீடு கட்டுவதற்கு செங்கலே கிடைக்காது. இன்று ஆர்டர் செய்தால் ஒன்றரை ஆண்டு கழித்து நீங்கள் கேட்ட அளவுக்கு செங்கல் வந்து சேரும். ஆனால், இப்போது ஒரு சில தினங்களில் கிடைத்து விடுகிறது. அதுவும் தொலைபேசியில் சொன்னால் போதும். நம்ப முடிகிறதா?'

'ஸ்டீல் கிடைப்பதற்குள் திண்டாடிப் போய் விடுவோம். இப்போது வேண்டிய மட்டும் கிடைக்கிறது. உடனே, உடனே.'

'முன்பெல்லாம் அடிக்கடி டைஃபாய்ட் வரும். இப்போது ம்ஹூம்.'

கரி கிடைக்கிறது. மின்சாரம் கிடைக்கிறது. சுத்தமான தண்ணீர் கிடைக்கிறது. டிராக்டர் தொழிற்சாலை திறந்திருக்கிறார்கள். கார் தயாரிக்கும் கம்பெனி. பக்கத்திலேயே கிரானைட் உடைக்கும் கம்பெனி. துர்கிஸ்தானுக்கும் சைபீரியாவுக்கும் இடையே ரயில் வண்டிகள் ஓடுகின்றன.

அடுத்து, கூட்டுப் பண்ணைகள். அங்கொன்றும் இங்கொன்றுமாகச் சிதறிக் கிடந்த பதினான்கு மில்லியன் சிறிய நிலப் பகுதிகளைத் தொகுத்து இரண்டு லட்சம் பெரிய பண்ணைகளை உருவாக்கினார்கள். விவசாய முறைகள், உற்பத்தி முறைகள் அத்தனையும் நவீனமய மாக்கப்பட்டன.

முதல் ஐந்தாண்டுத் திட்டத்துக்காக முதலீடு செய்யப்பட்ட தொகை 7.8 மில்லியன் ரூபிள். கடந்த பதினைந்து ஆண்டுகளில் ரஷ்யா செய்துள்ள முதலீடுகளை விட இது இரு மடங்கு அதிகம்.

1928 தொடங்கி ஐந்து ஆண்டுகளைக் கூட்டினால் 1932. ஆனால் 1932-க்கு முன்பாகவே ஐந்தாண்டுத் திட்டம் முழு வெற்றி அடைந்து விட்டதாக ஸ்டாலின் அறிவித்தார்.

அமெரிக்காவும், பிரட்டனும், பிற உலக நாடுகளும் ரஷ்யாவின் அபரிமிதமான வளர்ச்சியை பொறாமை பொங்க கவனித்தது. எங்கோ இருந்த ரஷ்யா எப்படி இவ்வளவு சீக்கிரத்தில் இத்தனைச் சாதனை களைப் படைத்தது?

உலகம் வாயைப் பிளந்து நின்று அதே சமயம், ஸ்டாலின் தனது அடுத்த ஐந்தாண்டுத் திட்டத்தை விலாவாரியாகப் பட்டியலிடத் தொடங்கினார்.

●

என்னதான் சோவியத் நான்கு கால் காய்ச்சலில் முன்னேறிக் கொண்டிருந் தாலும், ட்ராட்ஸ்கி போன்றவர்களுக்குத் திருப்தியே இல்லை. ஏன் பதினாறு கால் பாய்ச்சலில் முன்னேறவில்லை என்று வருத்தப்பட்டனர்.

ஐந்தாண்டுத் திட்டம் தொடங்கப்பட்ட அடுத்த ஆண்டு, ட்ராட்ஸ்கி கான்ஸ்டான்டிநோபிள் திரும்பினார். ஸ்டாலினைப் பிடிக்காத எல்லோருக்கும் ட்ராட்ஸ்கிதான் ஆதர்சனம். குறிப்பாக, மேற்குலக நாடுகளுக்கு ட்ராட்ஸ்கி என்றால் பரம இஷ்டம். வெறும் வாயை மென்று கொண்டிருந்த அவர்களுக்கு அவ்வப்போது அவல் போடுவார் ட்ராட்ஸ்கி.

ஸ்டாலினை விமர்சிப்பார். கம்யூனிஸ்ட் கட்சியை விமரிசிப்பார். மறைமுகமாக, லெனினின் சிந்தனைகளை, எழுத்துக்களை,

கொள்கைகளை எதிர்ப்பார். சோவியத், பாட்டாளி வர்க்கம், தொழிலாளர்கள், கூட்டுறவு பண்ணை எல்லாம் சுத்த ஹம்பக் என்று ஆராய்ச்சிக் கட்டுரை எழுதுவார்.

ட்ராட்ஸ்கி சோவியத்தில் இல்லாத சமயங்களில் கூட பிற நாடுகள் அவருடன் தொடர்ந்து தொடர்பில் இருந்தன. ஸ்டாலின் பற்றி ஏதாவது சொல்லுங்களேன் என்று அவரை அவ்வப்போது சீண்டிக் கொண்டிருந்தன.

ட்ராட்ஸ்கி எழுதிய சில நூல்களின் பட்டியலைப் பார்த்தாலே அவரது சிந்தனை யோட்டத்தை ஓரளவுக்குப் புரிந்து கொள்ள முடியும். 'ஏமாற்றப் பட்ட புரட்சி' 'அபாயத்தில் சோவியத் பொருளாதாரம்' 'ஐந்தாண்டுத் திட்டத்தின் தோல்வி' 'ஸ்டாலினின் மோசடி சிந்தனை'. இன்ன பிற...

என் பணி சதி செய்து கிடப்பதே என்று துடிப்புடன் ஸ்டாலினைச் சுற்றிச் சுற்றி வந்தார் ட்ராட்ஸ்கி.

ஸ்டாலினை நம்ப வேண்டாம், அவர் உங்களை படுகுழியில் தள்ளி விடுவார் என்று தொடர்ந்து சோவியத் மக்களுக்கு எச்சரிக்கை செய்து கொண்டே இருந்தார். ஜார் ஆட்சியை தூக்கியெறிந்ததைப் போல் ஸ்டாலின் ஆட்சியைத் தூங்கி எறிய மக்களை ஒன்றுபடுத்த முடியுமா என்று பார்த்தார். முடியவில்லை.

ட்ராட்ஸ்கியவாதிகள் பலர் வெளிநாட்டுப் பத்திரிகைகளுக்கு ஸ்டாலின் பற்றி பல கற்பனை ஸ்கூப் செய்திகளைத் தொடர்ந்து அனுப்பி வைத்துக் கொண்டிருந்தனர்.

ஸ்டாலினைக் கவிழ்ப்பது அத்தனைச் சுலபமல்ல என்று டராட்ஸ் கிக்குத் தெரியும். புகாரினுக்குத் தெரியும். எதிர்ப் புரட்சியாளர்கள் அத்தனைப் பேருக்கும் தெரியும்.

கட்சி வட்டாரத்தில் ஸ்டாலினுக்கு அடுத்தபடியாக மிகவும் பிரபல மாக இருந்தவர் செர்ஜி கிரோவ் (Sergey Kirov). லெனின் கிராட் கட்சியின் செயலாளர் மற்றும் சோவியத்தின் தலைவர். எதிர்ப் புரட்சியாளர்களின் சதி பற்றிய விசாரணையில் இவர் ஈடுபட்டுக் கொண்டிருந்தபோது, திடீரென்று கொல்லப்பட்டார். இவரைக் கொன்ற லியோனிட் நிகோலயேவ் (Leonid Nikolaev) என்பவனுக்கும் ட்ராட்ஸ்கி குழுவின ருக்கும் தொடர்பு இருப்பது கண்டுபிடிக்கப்பட்டது. ட்ராட்ஸ்கி சில பயங்கரவாத அமைப்புகளுடன் கூட்டுச் சேர்ந்திருப்பதும் நாளடைவில் கண்டுபிடிக்கப்பட்டது.

ஸ்டாலின் பாதுகாப்பு ஏற்பாடுகளில் அதிக கவனம் செலுத்த ஆரம்பித்தது இந்தச் சமயத்தில்தான். ரகசிய உளவு அமைப்புகளும், காவல் படையும் உருவாகத் தொடங்கியதும் அப்போதுதான்.

ஜார் ஆட்சிக் காலத்தில் இருந்தபோது ஓக்ரானா (Okhrana) என்னும் பெயரில் ஒரு குழு இயங்கி வந்தது. இந்தக் குழுவின் வேலை, யார் யாரெல்லாம் சட்டத்துக்கு விரோதமாக, புரட்சியில் ஈடுபடுகிறார்கள், யாரெல்லாம் ஜார் ஒழிக கோஷம் போடுகிறார்கள் என்று கண்டுபிடிப்பது.

போல்ஷ்விக் அரசு வெற்றி பெற்ற சில வாரங்களில் தொடங்கப்பட்ட அமைப்பு செகா (Cheka). முழுப் பெயர் 'All Russian Extraordinary Commission for Combating Counter-Revolution and Sabotage.' அதாவது, சோவியத் அரசை எதிர்க்கும் எதிர்ப்புரட்சியாளர்களோடு போரிடும் அமைப்பு. அதாவது, உளவுத்துறை.

1918-ன் இறுதியில் செகாவின் அந்தஸ்து உயர்ந்தது. உள்துறை மட்டு மில்லாமல் வெளியுறவுத் துறைகளையும் கவனித்துக்கொள்ள ஆரம்பித்தது. போர்த் தகவல் குழு (WIB - War Information Bureau) என்ற புனைப் பெயரில் வெளிநாடுகளில் என்ன நடந்து கொண்டிருக்கிறது என்று மூக்கை நீட்டிப் பார்க்கும் வேலையில் இறங்கியது.

காலப்போக்கில் செகா, வெவ்வேறு ரூபங்களில் வெவ்வேறு பெயர்களில் பவனி வர ஆரம்பித்தது.

ஸ்டாலின் ஆட்சிக்கு வந்தபோது, செகாவின் பெயர் OGPU.*

வெறும் பாதுகாப்புப் பிரிவாகவும் உளவு நிறுவனமாகவும் மட்டு மில்லாமல் OGPUவை ஓர் அரசியல் ஆயுதமாகவும் பயன்படுத்த ஆரம்பித்தார் ஸ்டாலின்.

---

* Ob'edinennoe Gosudarstvennoe Politicheskoe Upravlenie

10. களைகள் அகற்றும் கலை

ஸ்டாலின் யோசித்தார். உருப்படியாகச் செய்வதற்கு நிறைய வேலைகள் இருக்கின்றன. இனியும் எதிரிகளிடம் பூச்சாண்டி விளையாடிக் கொண்டிருக்க முடியாது. எதிரிகளை ஒழித்துக் கட்டினால்தான் நிர்வாகத்தை நடத்த முடியும். சோவியத்தை வளர்க்க முடியும். கனவுகளை நினைவாக்க முடியும்.

1937-ல் 'The Great Purge' என்று சரித்திரம் குறித்து வைத்திருக்கும் மாபெரும் களையெடுப்பு நடவடிக்கை தொடங்கியது.

அது நாள் வரை ஸ்டாலினை ஒரு சர்வாதிகாரியாக மட்டுமே வருணித்துக் கொண்டிருந்த மேற்கு உலகம், பின்னாள்களில் அவரை ஹிட்லருக்குப் பக்கத்தில் நிறுத்தி வைத்து ஒப்பீடு செய்ய ஆரம்பித்ததும் இந்தத் தருணத்திலிருந்துதான்.

களையெடுப்புக்கான காரணங்கள் இரண்டு. எதிரிகள் அனைவரும் அழித்தொழிக்கப்பட வேண்டும். சோவியத் அரசாங்கத்தின் பலத்தைப் பன்மடங்கு பெருக்க வேண்டும். முதல் வேலையை முறைப்படி செய்து முடித்தால்தான் இரண்டாவது சாத்தியம்.

உடனடியாக ஒரு பட்டியல் தயார் செய்யப்பட்டது. நம்முடைய இலக்கு யார்? எதிரியை எப்படி அடையாளம் கண்டு கொள்வது? அடையாளம் கண்டுகொண்ட பின் என்ன செய்வது? இந்த வேலைக்குப் பொறுப்பாக யாரை நியமிக்கலாம்? பிரச்னையை எப்படித் தீர்க்கலாம்?

முதலில் கட்சியிலிருந்து ஆரம்பித்தார்கள். யார் யார் அரசாங்கத்துக்கு எதிராகச் செயல்படுகிறார்கள்? அவர்களில் எத்தனைப் பேர் ட்ராட்ஸ்கியவாதிகள் என்று கண்டுபிடிக்கப்பட்டனர். பட்டியல் மிக மிக நீளமாக இருந்தது. பொறுமையாக உட்கார்ந்து ஆராய்ந்தார்கள். ஒவ்வொருவரையாக அழைத்து அனுப்பி வைத்தார்கள். சிலரை வீட்டுக்கு. சிலரை சிறைச்சாலைக்கு. இப்படி, மொத்தமாக வெளியேற்றப்பட்டவர்களின் எண்ணிக்கை நான்கு லட்சம்.

இனி, அரசாங்கத்தை எதிர்க்க கட்சிக்குள் யாரும் கிடையாது. ஒரு வேலை முடிந்தது.

•

அடுத்து, 'Moscow Trials' என்று பின்னாள்களில் அழைக்கப்பட்ட விசாரணைகள்.

1) ஆகஸ்ட் 1936 / முதல் மாஸ்கோ விசாரணை :

முதல் கட்ட விசாரணையில் ஈடுபடுத்தப்பட்டவர்கள் மொத்தம் பதினாறு பேர். இவர்கள் ட்ராட்ஸ்கியவாதிகள் என்று அறியப்பட்டவர்கள். இவர்களில் முக்கியமானவர் க்ரிகோரி ஜிநோவியேவ் (Grigory Zinoviev) மற்றும் லெவ் காமனேவ் (Lev Kamenev). இருவருமே கட்சித் தலைவர்கள். பிரபலமானவர்களும் கூட. குற்றம் சாட்டப்பட்ட பதினாறு பேருக்கும் மரண தண்டனை அளிக்கப்பட்டது.

2) ஜனவரி 1937 / இரண்டாம் மாஸ்கோ விசாரணை :

மொத்தம் பதினேழு பேர். அதிகம் அறியப்படாதவர்கள். இவர்களில் பதின்மூன்று பேர் துப்பாக்கியால் சுடப்பட்டனர். மிச்சமிருந்த மூன்று பேர் சிறையில் அடைக்கப்பட்டனர். பின்னர், அவர்கள் இறந்து போனார்கள்.

3) மார்ச் 1938 / மூன்றாம் மாஸ்கோ விசாரணை :

மொத்தம் இருபத்தொரு பேர். ட்ராட்ஸ்கியவாதிகள். புகாரின் தலைமையில் செயல்பட்ட இயக்கத்தைச் (Bloc of Rightists and Trotskyites) சேர்ந்தவர்கள். ஒருவர், முன்னாள் பிரதம மந்திரி (Alexei Rykov). அனைவருக்கும் மரண தண்டனை விதிக்கப்பட்டது.

புகாரின் கொல்லப்பட்டதும் இந்த விசாரணையின் போதுதான். ட்ராட்ஸ்கியைப் போலவே புகாரினும் ஸ்டாலினுக்கு எதிராகக் கடுமையான குற்றச்சாட்டுகளை முன்வைத்தவர். ட்ராட்ஸ்கியைவிட இவர் அதிக பிரபலமானவர்.

1934-லேயே புகாரின் செய்த குற்றங்களை மன்னித்துவிட்டார் ஸ்டாலின். இஷ்வெஸ்டியா (Izvestia) என்னும் பத்திரிகையின் ஆசிரியராக, புகாரினை நியமித்தார். ஆனால், சோவியத்துக்கு எதிராக இவர் தொடர்ந்து இயங்கி வந்தது கண்டுபிடிக்கப்பட்டது. தவிரவும், அரசங் கத்தைக் கவிழ்க்க பெரிய அளவில் இவர் சதிகள் செய்து வந்ததும் கண்டறியப்பட்டது. 1937-ல் புகாரின் கைது செய்யப்பட்டடார். மூன்றாம் மாஸ்கோ விசாரணையின்போது, மரண தண்டனை வழங்கப் பட்டு, சுட்டுக் கொல்லப்பட்டார்.

•

மாஸ்கோ விசாரணை, கடுமையான விமரிசனத்துக்கு உள்ளாக்கப் பட்டது.

ஸ்டாலின் தனது அதிகாரத்தைப் பயன்படுத்தி தனது எதிரிகளைக் கொன்று குவிக்கிறார் என்று ட்ராட்ஸ்கியவாதிகளும் மேலை நாட்டு பத்திரிகைகளும் குற்றம் சாட்டின.

அதே சமயம், ஸ்டாலினுக்கு ஆதரவாகவும் பல மேலைநாட்டு பத்திரிகைகள் கட்டுரைகள் தீட்டின. மாஸ்கோ விசாரணையின் போது உடனிருந்த பத்திரிகையாளர்கள் ஸ்டாலினுக்கு ஆதரவாக சாட்சியம் அளித்தனர்.

'குற்றவாளிகள் எந்தவித மிரட்டலுக்கும் ஆளாக்கப்படவில்லை. குற்றத்தை ஒப்புக் கொள்ளச் சொல்லி ஒருவரும் அவர்களைத் தூண்ட வில்லை. தாமாகவே முன்வந்து அவர்கள் தங்களது குற்றங்களை ஒப்புக் கொண்டனர். சட்டப்படி அவர்களுக்குத் தண்டனை அளிக்கப் பட்டிருக்கிறது.'

சமீபத்தில் வெளியான கே.ஜி.பி. ஆவணங்கள் முற்றிலும் நேர்மாறான சாட்சியத்தை முன்வைத்துள்ளது.

'குற்றம் சாட்டப்பட்ட அத்தனைப் பேரும் கடுமையாகத் துன்புறுத்தப் பட்டனர். மன ரீதியாகவும் உடல் ரீதியாகவும் அவர்கள் சித்திரவதைக்கு உள்ளாக்கப்பட்டனர்.'

OGPU-வின் தலைவர் அலெக்ஸாண்ட்ர் ஓர்லோவ் (Alexander Orlov) கீழ்க்கண்ட குற்றச்சாட்டைப் பதிவு செய்துள்ளார்.

'குற்றத்தை ஒப்புக் கொள்ளச் சொல்லி கைதிகளை அடித்தார்கள். தூங்க விடாமல் செய்தார்கள். ஒப்புக்கொள்ளா விட்டால் உங்கள் வீட்டில் இருப்பவர்களைக் கொன்று விடுவோம் என்று சொல்லி மிரட்டினார்கள்.

குற்றம் சாட்டப்பட்டவரின் குடும்பத்தினர் மீது பொய் வழக்கு பதிவு செய்தார்கள்.'

•

மாஸ்கோ விசாரணைகளை ட்ராட்ஸ்கி ஆதரவாளர்கள் கடுமையாக விமர்சித்தனர். காரணம், இந்த விசாரணைகளில் ட்ராட்ஸ்கியின் பெயரும் சம்பந்தப்பட்டுள்ளது. தவிரவும், குற்றம் சாட்டப்பட்டவர்களில் பெரும்பாலானோர் ட்ராட்ஸ்கியவாதிகள்.

மே 1937-ம் ஆண்டு அமெரிக்காவில் உள்ள ட்ராட்ஸ்கியவாதிகள் டவே கமிஷன் (Dewey Commission) என்னும் பெயரில் ஒரு விசாரணை கமிஷனை அமைத்தர். இதற்கு தலைமைத் தாங்கியவர் ஜான் டவே (John Dewey). புகழ்பெற்ற அமெரிக்க தத்துவ நிபுணர், கல்வியாளர்.

ட்ராட்ஸ்கி அப்பழுக்கற்றவர் என்று நிரூபிப்பதுதான் இந்த கமிஷனின் முக்கிய பணி. கூடவே, தண்டனை விதிக்கப்பட்டவர்கள் நிரபராதிகள் என்றும் இவர்கள் வாதாடினார்கள். உதாரணத்துக்கு, கிராவ் கொலை வழக்கில் சம்பந்தப்பட்ட இவான் ஸ்மிர்நோவ் (Ivan Smirnov) தனது குற்றத்தைத் தானே ஒப்புக் கொண்டதாக மாஸ்கோ விசாரணைக் குழு அறிவித்தது. அவனுக்கு மரண தண்டனையையும் விதித்தது.

டவே கமிஷனின் வாதம் இதுதான். சம்பவம் நடந்த போது இவான் உண்மையில் சிறைச்சாலையில் இருந்தான். ஒரு வருடத்துக்கு முன்பாகவே அவன் சிறைச்சாலையில் அடைக்கப்பட்டிருந்தான். எனில், எப்படி அவனால் கிராவைக் கொல்ல முடிந்தது? எப்படி அவனால் தனது குற்றத்தை ஒப்புக்கொள்ள முடிந்தது?

ஆக, மாஸ்கோவில் கொல்லப்பட்ட அனைவருமே நிரபராதிகள் என்பது விசாரணை கமிஷனின் முடிவு. நானூறு சொச்ச பக்கங்கள் கொண்ட ஒரு குண்டு புத்தகத்தையும் டவே கமிஷன் வெளியிட்டது.

•

அடுத்து, கட்சித் தலைவர்கள் மற்றும் முக்கிய நபர்களின் களையெடுப்பு.

போல்ஷ்விக் புரட்சியில் ஈடுபட்ட அத்தனை முக்கியத் தலைவர்களும் பின்னாள்களில், கொல்லப்பட்டனர். 1917 அக்டோபர் புரட்சியின்போது பொலிட்பீரோவில் இருந்த உறுப்பினர்கள் மொத்தம் ஆறு பேர். இந்த ஆறு பேரில் எஞ்சியவர் ஸ்டாலினும் ட்ராட்ஸ்கியும் மட்டுமே. ட்ராட்ஸ்கி மெக்ஸிகோ தப்பிச் சென்றார்.

அக்டோபர் புரட்சி வெற்றி பெற்றது முதல் லெனினின் மறைவு வரையிலான காலக்கட்டத்தில் பொலிட்பீரோவில் இருந்த

உறுப்பினர்கள் மொத்தம் ஏழு பேர். அவர்களுள் நான்கு பேர் கொல்லப்பட்டனர். டாம்ஸ்கி (Tomsky) என்பவர் தற்கொலை செய்து கொண்டார்.

1934-ல் நடைபெற்ற பதினேழாவது கம்யூனிஸ்ட் கட்சி காங்கிரஸில் கலந்து கொண்ட உறுப்பினர்கள் மொத்தம் 1966 பேர். களையெடுப்பு தொடங்குவதற்கு முன்பு நடைபெற்ற கடைசி காங்கிரஸ் கூட்டம் இது. களையெடுப்பின் போது, 1108 பேர் சிறையில் அடைக்கப்பட்டனர். கிட்டத்தட்ட அனைவரும் சிறையில் இறந்து போனார்கள்.

●

முன்னாள் பண்ணையாளர்கள், கிரிமினல்கள், எதிர்ப் புரட்சி குழுக்கள், சோவியத் விரோதிகள் இவர்கள் அத்தனைப் பேரையும் களையெடுக்க ஒரே ஒரு உத்தரவு பிறப்பிக்கப்பட்டது.

NKVD உத்தரவு எண். 00447. ஜூலை 30, 1937-ல் இந்த உத்தரவு தயாரானது. தயாரித்தவர் நிகோலாய் யேஷோவ் (Nikolai Yezhov). NKVD-யில் பெரிய தலை.

இந்த உத்தரவைச் செயல்படுத்த, NKVD troikas என்னும் குழு ஏற்படுத்தப்பட்டது. ஒவ்வொரு குழுவிலும் மொத்தம் மூன்று பேர் இருப்பார்கள். துரிதமாகச் செயல்பட்டு தண்டனைகளை நிறைவேற்றி வைப்பது இவர்களது பொறுப்பு. தண்டனை என்பது பொதுவாக மரண தண்டனை தான். எந்தெந்தக் குழு எந்தெந்தத் தேதிகளில் என்னென்ன செய்ய வேண்டும் என்னும் உத்தரவு அவ்வப்போது பிறப்பிக்கப்படும். இந்தக் குழுக்கள் மிக மிக ரகசியமாகச் செயல்படும்.

களையெடுப்பில் NKVD troikas அதிக அளவில் பயன்படுத்தப்பட்டன. குற்றவாளிகள் இரண்டு குழுக்களாகப் பிரிக்கப்பட்டனர். சோவியத்துக்கு எதிரானவர்கள் ஒரு குழு. கொழுத்த பண்ணையாளர்கள் மற்றொரு குழு. சோவியத்துக்கு எதிரானவர்கள் அனைவரும் சுட்டுக் கொல்லப்பட்டனர். இரண்டாவது குழுவைச் சேர்ந்தவர்கள் சிறையில் அடைக்கப்பட்டனர். பிராந்தியம் வாரியாக இயங்கியது NKVD troikas. பெலோரஷ்யா பகுதியில் மட்டும் 12,000 சோவியத் எதிரிகள் கண்டுபிடிக்கப்பட்டனர்.

ஆகஸ்ட், 1937-க்குள் மொத்தம் ஒரு லட்சம் பேர் சிறைப் பிடிக்கப் பட்டனர்.

களையெடுப்பு முடிவுக்கு வந்தபிறகு, NKVD தலைமைப் பொறுப்பி லிருந்து நிகோலாய் யேஷோவ் கழட்டிவிடப்பட்டார். பின்னர், அவரும் சுட்டுக் கொல்லப்பட்டார்.

●

ஐயோ, சோவியத்தில் ரத்த ஆறு ஓடுகிறது, ஸ்டாலின் எல்லோரையும் இழுத்துப் பிடித்து சுட்டுத் தள்ளிக் கொண்டிருக்கிறார் என்று ட்ராட்ஸ்கியவாதிகள் உலகம் முழுவதும் லவுட் ஸ்பீக்கர் வைத்து அலற ஆரம்பித்தன. பல மேலை நாட்டுப் பத்திரிகைகள் ஸ்டாலினை ஒரு அதி பயங்கர கொடுங்கோலனாகச் சித்தரித்து கட்டுரைகள் எழுதின. உலகின் முதல் சோஷலிஸ நாட்டின் அழகைப் பார்த்தீர்களா என்று கிண்டலடித்தன.

இந்தக் குற்றச்சாட்டுகளுக்கு ஸ்டாலின் முன் வைக்கும் விளக்கம் என்ன? இந்தக் களையெடுப்பு நடவடிக்கைகளுக்கு ஸ்டாலின்தான் பொறுப்பா? இத்தனைப் படுகொலைகளையும் முன்நின்று நடத்தி வைத்தது ஸ்டாலின்தானா?

களையெடுப்பு தொடங்கி ஒரு வருடம் கழித்து, அதாவது ஜனவரி 1938ல் கட்சி மத்தியக் குழு ஓர் அறிக்கையை சமர்ப்பித்தது. அந்த அறிக்கையின் சாராம்சம் இதுதான்.

கட்சியில் ஊடுருவியுள்ள எதிரிகளை வெளியேற்றும் நடவடிக்கைகளில் பல குளறுபடிகள் நடந்து வருகின்றன. பல தவறுகளும் அத்துமீறல்களும் நடைபெறுகின்றன. ஆகவே, இந்த விஷயங்களை கட்சியின் தலைமைக்குக் கொண்டுச் செல்ல வேண்டும். தவிரவும், உண்மையான எதிரிகள் பலர் தண்டிக்கப்படாமல் உள்ளனர். அவர்களைப் பாதுகாக்கும் நோக்கத்துடன் பலர் கட்சியில் செயல்பட்டுக் கொண்டிருக்கிறார்கள். தேவையில்லாமல், பல கம்யூனிஸ்டுகளை கட்சியிலிருந்த வெளியேற்றி யிருக்கிறார்கள்.

இந்த அறிக்கை தெரிவிக்கும் சங்கதிகள் இரண்டு:

1. களையெடுப்புக்கு உத்தரவு போட்டது ஸ்டாலின். ஆனால் ஒவ்வொரு விசாரணையின் போதும் ஒவ்வொரு முறை தண்டனைகள் அளிக்கப்படும் போதும் ஸ்டாலின் உடன் இருந்தார் என்று சொல்வது தவறானது.

2. சோவியத் தலைவர்களிடம்தான் அவர் பொறுப்பை ஒப்படைத்திருந்தார். தண்டனைகளை நிறைவேற்றுகையில் ஏற்பட்ட பெரும்பாலான குளறுபடிகளுக்கு அவர்கள்தான் காரணம்.

11. இரண்டாம் உலகப் போர்

ஸ்டாலின் மீது ஆயிரெத்தெட்டு புகார்கள் சொல்லப் பட்டாலும், அவரைத் திட்டி இரண்டாயிரத்து எட்டு கட்டுரைகள் எழுதப்பட்டாலும், ஒரு விஷயத்தைப் பொறாமையுடன் கவனித்துக் கொண்டிருந்தது மேற்குலகம்.

சோவியத், அழுத்தம் திருத்தமாக வளர்ந்துவிட்டது. ஜார் ஆட்சியின் போது ஓடாகத் தேய்ந்து கிடந்த ரஷ்யா இன்று பிரும்மாண்டமாக வளர்ந்த நிற்கிறது. வளர்ந்த நாடுகளுக்கு இணையாக செழுமையடைந் திருக்கிறது. ஒரு வல்லராசாகவும் மாறி வருகிறது.

ஆபத்து. சோவியத் வளர்வது மிக மிக ஆபத்தான விஷயம். சோவியத் வளர்கிறது என்றால் கம்யூ னிஸமும் கூடவே சேர்ந்து வளர்கிறது என்று பொருள். கம்யூனிஸம் வளர்கிறது என்றால் முதலாளித்துவம் சீரழிகிறது என்று அர்த்தம். இல்லையா?

கூடாது. கூடவே கூடாது. கம்யூனிஸ எதிர்ப்புத் தீப்பொறி உலகம் எங்கும் பரவத் தொடங்கியது. சில நாடுகள் புத்திசாலித்தனமாக யோசித்தன. வெறுமனே கம்யூனிஸ எதிர்ப்பு வேலையை மட்டும் செய்யாமல் இதையே சாதகமாகப் பயன்படுத்தி உருப்படியாக ஏதாவது செய்தால் என்ன?

1931-ல் ஜப்பான் மஞ்சூரியாவை ஆக்ரமித்தது. அதற்கு அவர்கள் சொன்ன காரணம் இது. 'ஆசியாவில் கம்யூனிஸம் பெருகிக் கொண்டிருக்கிறது. சோவியத் கெட்டு குட்டிச் சுவராகப் போய் கொண்டிருக்கிறது. சிவப்புச் சட்டைக்காரர்கள் சகட்டுமேனிக்கு

அக்கிரமம் செய்து கொண்டிருக்கிறார்கள். ஆகவே உன்னை அவர்களிடமிருந்து காப்பாற்றகிறேன்!'

கம்யூனிஸம் அதோ வந்துவிட்டது, இதோ வந்துவிட்டது என்று சொல்லி பூச்சாண்டிக் காட்டியே ஜெர்மனியை வளைத்துப் போட்டார் ஹிட்லர். போஷாக்கான தீனி போட்டு ராணுவத்தை வளர்க்க ஆரம்பித்தார்.

எத்தியோப்பியாவை கிள்ளி எடுத்து பாக்கெட்டில் போட்டுக் கொண்டது இத்தாலி. அதற்கு அவர்கள் சொன்ன காரணம் இது. 'போல்ஷ்விக்குகள் ஆபத்தானவர்கள். உலகத்தையே அவர்கள் விழுங்கப் போகிறார்கள். கூடிய சீக்கிரத்தில் உன்னையும் விழுங்கி விடுவார்கள். ஆனால், கவலைப்படாதே நான் இருக்கிறேன். உன்னை அரவணைத்துக் கொள்கிறேன். கவலைகள் மற. பத்திரமாக என் பாக்கெட்டில் தூங்கு!'

எத்தியோப்பியாவை ஒரு பாக்கெட்டில் போட்டுக் கொண்ட பிறகுதான் இன்னொரு பாக்கெட் காலியாக இருப்பதை இத்தாலி கண்டுபிடித்தது. அப்படியே விட்டால் பாவம் என்று அபிசீனியாவை அள்ளிப் போட்டுக் கொண்டது.

அடுத்து, கம்யூனிஸ எதிர்ப்பு ஒப்பந்தத்தை தயார் செய்து ஜப்பானும் ஜெர்மனியும் கை குலுக்கிக் கொண்டே கையெழுத்துப் போட்டன. ஜெர்மனியும் இத்தாலியும் கூட்டுச் சேர்ந்து ஸ்பெயினை சுவீகாரம் செய்து கொண்டன.

1937-ல் ஜப்பான் சீனாவுக்குள் நுழைந்தது. பீக்கிங், டயன்ஸ்டின், ஷாங்காய் போன்ற நகரங்களைக் கைப்பற்றியது. ஜெர்மனியையும் ஆஸ்திரியாவையும் இணைக்க வேண்டும் என்னும் ஹிட்லரின் நீண்ட கால கனவு, 1938-ல் நிறைவேறியது.

நாடு பிடிக்கும் ஆசை உச்சத்தைத் தொட்டது. உன்னை விட நான் அதிகம் வளைக்கிறேன் பார் என்று ஒவ்வொரு நாடும் போட்டிப் போட்டுக் கொண்டு களத்தில் குதித்தது.

•

அத்தனை மாற்றங்களையும் கவனமாக ஆராய்ந்து கொண்டிருந்தார் ஸ்டாலின்.

ஏகாதிபத்திய நாடுகளுக்கு பெரும் நெருக்கடி ஏற்பட்டுள்ளது. பிரிட்டன், பிரான்ஸ், அமெரிக்கா. இந்த மூன்று நாடுகளின் நடவடிக்கை களைப் பார்க்கும்போதே அவருக்குத் தெரிந்துவிட்டது. மற்றொரு யுத்தம் அருகில். மிக அருகில்.

யுத்தம் மூளும் பட்சத்தில், சோவியத்தின் நிலைப்பாடு என்ன என்பதில் ஸ்டாலின் தெளிவாகவே இருந்தார். சோவியத்துடன் எல்லையைப் பகிர்ந்து கொள்ளும் அத்தனை நாடுகளுடனும் சுமுகமான உறவு முறை. பரிபூரண சமாதானம். ஆக்கிரமிப்புகளால் பாதிக்கப்படும் நாடுகளுக்குத் தார்மீக உதவி, ஆதரவு. உழைக்கும் நாடுகளுக்கு நட்புக்கரம். இன்னொரு விஷயம். ஒரு வேளை, சோவியத்தை தாக்கலாம் என்று யாராவது உள்ளே ஒரு அடி எடுத்து வைத்தால், பதிலுக்கு இரண்டு அடி கொடுக்கத் தயார்.

●

செக்கஸ்லாவாக்கியாவை வளைத்துப் போட விரும்பினார் ஹிட்லர். ஆனால், அவருக்கு இருந்த ஒரே தடை சோவியத். செக்கஸ்லா வாக்கியாவுக்கு சோவியத் யூனியனின் ஆதரவு உண்டு. இது ஹிட்லருக்கு நன்றாகத் தெரியும். செக் தாக்கப்பட்டால் சோவியத் சீறி வரும்.

ஹிட்லர் பயப்படவில்லை. சோவியத் தற்போது யுத்தம் செய்யும் மனநிலையில் இல்லை என்பது அவருடைய கணிப்பு. ஆனால் செக் குடியரசுக்கு ஹிட்லர் மீது பயம். எப்போது வேண்டுமானாலும் ஜெர்மனி நம்மை தாக்கலாம் என்று அவர்கள் யூகித்தனர். ஒற்றை ஆளாக ஜெர்மனியை சமாளிக்க முடியாது என்று அவர்களுக்குத் தெரியும். பேசாமல், எல்லா நாடுகளுக்கும் தந்தி அடித்தார்கள். 'ஹிட்லர் நெருங்குகிறார். ஸ்டார்ட் இமீடியட்லி.'

செப்டம்பர் 29, 1938. ஜெர்மனி, இத்தாலி, பிரிட்டன், பிரான்ஸ் நான்கும் ம்யூனிக்கில் கூடின. பிரான்ஸ் பிரதமர் யூடோர்ட் டலாடியர் (Edouard Daladier), இத்தாலியின் அதிபர் பெனிட்டோ முசோலினி (Benitto Mussolini), பிரிட்டன் பிரதமர் நெவிலி சாம்பர்லைன் (Neville Chamberlain). மொத்தம் நான்கு பேர். பிறகு, ஹிட்லர். பின்னணியில் அமெரிக்கா. 'நண்பா, நம்மில் யாராவது ஒருவரை அந்நிய தேசம் தாக்கினால், பரஸ்பரம் உதவிக் கொள்வோம்!' இதுதான் இந்த உடன்படிக்கையின் சாரம். தவிரவும், ஹிட்லருக்கு ஒரு கோரிக்கை. 'தோழா, செக்கஸ்லா வாக்கியா மீது படையெடுக்க வேண்டாம். பாவம். பிழைத்துப் போகட்டும்!'

●

ஸ்டாலின் யோசித்தார்.

ஏகாதிபத்திய நாடுகள் அனைத்தும் ஒன்றுசேர்ந்து சோவியத்துக்கு எதிராகத் திரளும் சாத்தியம் உண்டு. எப்போது போலந்தைக்

கைப்பற்றலாம் என்று ஹிட்லர் கணக்குப் போட்டுக் கொண்டிருக் கிறார். பிரிட்டன் பற்றியோ பிரான்ஸ் பற்றியோ ஹிட்லருக்குக் கவலையில்லை. ஒரே சங்கடம், சோவியத். மற்றொருபுறம், சைபீரியா மீது ஜப்பான் குறிவைத்துக் கொண்டிருக்கிறது.

ஹிட்லருக்கு சோவியத் மீது கண். இருக்கட்டும். பார்த்துக் கொள்ளலாம். பிரான்ஸ், பிரிட்டன் இரு நாடுகளுடனும் கூட்டு உடன்படிக்கை ஏற்படுத்த முடியுமா என்று பார்த்தார் ஸ்டாலின். முடியவில்லை.

சோவியத் மீது யார் தாக்குதல் தொடுத்தாலும், பதிலடி தர தயாராக இருக்கிறோம் என்று ஸ்டாலின் அறிவித்திருந்தாலும் கூட, சோவியத்தின் உண்மையான ராணுவ பலம் என்ன என்று அவருக்குத் தெரியும். முன்னேறிக் கொண்டிருக்கும் ஒரு நாட்டை மீண்டும் போரில் ஈடுபடுத்த வேண்டுமா என்றும் குறுகுறுப்பு அவரிடம் இருந்தது.

ஜெர்மனியுடன் போரில் குதிப்பது பற்றி இப்போதைக்குச் சிந்திக்க வேண்டாம். முடிந்தால், ஹிட்லருடன் ஓர் உடன்படிக்கைச் செய்து கொள்ளலாம். அதைத்தான் செய்தார் ஸ்டாலின். மொலோடோவ் -ரிப்பன்ட்ராப் ஒப்பந்தம் (Molotov - Ribbentrop Pact) என்று பெயர். சோவியத்தின் அயல்துறை அமைச்சர் மொலோடோவும் ஜெர்மனியின் அமைச்சர் ரிப்பன்ட்ராப்பும் ஆகஸ்ட் 23, 1939-ல் இந்த ஒப்பந்தத்தில் கையெழுத்திட்டனர். 'நான் உன்னை நெருக்க மாட்டேன், நீயும் என்னை நெருக்காதே!'

இது ஒரு விநோதமான ஒப்பந்தம் என்று தனியாகச் சொல்லத் தேவையில்லை. காரணம், ஹிட்லருக்கும் ஸ்டாலினுக்கும் எலி-பூனை உறவு. சோவியத்தை எப்போது தாக்கலாம் என்று ஹிட்லரும், ஜெர்மனி தாக்கினால் எப்படி பதில் தாக்குதல் கொடுக்கலாம் என்று ஸ்டாலினும் மனத்துக்குள் கணக்குப் போட்டுக் கொண்டுதான் இருந்தனர். ஆனால், இந்த ஒப்பந்தத்தினால் ஒரு உபயோகம் உண்டு. பத்தாண்டு காலத்துக்கு இந்த ஒப்பந்தம் நீடிக்கும் என்று ஒப்பந்த விதி தெரிவித்திருக்கிறது. பத்து வருடத்துக்குள் என்ன வேண்டுமானாலும் நடக்கலாம். ஆனால், ஒரே ஒரு நம்பிக்கை. ஹிட்லர் உடனடியாகப் சோவியத் மீது போர் தொடுக்க வேண்டிய அவசியம் இருக்காது. கொஞ்சம் அவகாசம் கிடைக்கும். அதற்குள் ராணுவத்தைத் தயார் படுத்திவிடலாம்.

●

செப்டம்பர் 1, 1939. ஜெர்மனி போலாந்துக்குள் ஊடுருவியது. இரண்டாம் உலகப் போரை முறைப்படி ரிப்பன் வெட்டி திறந்து வைத்தார் ஹிட்லர்.

முதல் முறையாக பிரிட்டனும் பிரான்சும் உறக்கம் கலைந்து எழுந்தது. ஹிட்லரின் முழு பரிமாணமும் வெளிப்பட ஆரம்பித்தது. இரண்டு நாடுகளும் அலறிவிட்டன. 'அடப்பாவி, ஒன்றும் செய்ய மாட்டேன் என்று சொல்லி இப்படி அநியாயமாக போலாந்தை அபகரிக்கிறாயே!'

இனி பேசிப் பயனில்லை என்று புரிந்து கொண்ட பிரிட்டனும் பிரான்சும், செப்டம்பர் 3-ம் தேதி ஜெர்மனி மீது போர் பிரகடனம் செய்தன. இந்த இரு நாடுகளின் சகலபாடிகளான கனடா, ஆஸ்திரேலியா, நியூஸிலாந்து மூன்றும் உடனடியாகப் போரில் குதித்தன.

பிரான்சும் பிரிட்டனும் முன்னேறி வருவதற்குள் ஜெர்மனி நான்கு கால் பாய்ச்சலில் தாவி வார்ஸாவுக்குள் (Warsaw) நுழைந்துவிட்டது. இது நடந்தது செப்டம்பர் 8-ம் தேதி. உள்ளே நுழையும் போதே போலாந்து படைகளைக் கிட்டத்தட்ட சிதறடித்து விட்டது ஜெர்மனி.

சோவியத், போரில் நுழைந்தது இந்தக் கட்டத்தில்தான்.

அதற்கு ஒரு காரணம் இருந்தது. மேற்கு உக்ரைனிலும் மேற்கு பைலோ ரஷ்யாவிலும் உள்ள மக்களை சோவியத்தின் பாதுகாப்பு வட்டத்துக்குள் கொண்டு வர விரும்பினார் ஸ்டாலின். காரணம் இந்தப் பகுதிகள் போலந்தால் முன்னர் கையகப்படுத்தப்பட்டவை. ஹிட்லர் போலந்தைக் கைப்பற்றிவிட்டால், பிறகு இந்தப் பகுதிகளை மீட்பது சிரமமாகிவிடும். ஸ்டாலின் எதிர்பார்த்தபடியே, இந்தப் பகுதிகள் மீண்டும் சோவியத்தோடு இணைக்கப்பட்டன. சோவியத் படைகள் போலந்திலிருந்து திரும்பிய மறுகணம், இரவோடு இரவாக போலந்தின் அதிபர் ருமானியாவுக்குத் தப்பி ஓடினார்.

போலாந்து தனித்து விடப்பட்டது. அபயக்கரம் நீட்டுவார்கள் என்று எதிர்பார்த்த பிரிட்டனும் பிரான்ஸூம் இன்னமும் வந்துச் சேரவில்லை. சிறிய சுண்டைக்காய் நாடு. ஜெர்மனி போன்ற மல்யுத்த வீரனின் மூச்சுக் காற்று பட்டாலே சுருண்டு விழுந்துவிடும். எனில், என்னதான் செய்வது?

போலந்து வீழ்ச்சியடைந்த பிறகு, ஜெர்மனி கொஞ்சம் சுதாரித்துக் கொண்டது. ஆஸ்திரியா, செக். குடியரசு, போலாந்து. இப்போதைக்கு இந்த மூன்றும் போதும். தேவைப்பட்டால் பிறபாடு பார்த்துக் கொள்ளலாம்.

ஒரு விஷயம். பிரிட்டனும் பிரான்சும் கடைசி வரை என்ன செய்து கொண்டிருந்தன? ஏன் அவர்கள் போலாந்துக்கு உதவ முன்வர வில்லை? உதவ வேண்டும் என்று மனப்பூர்வமாக நினைத்திருந்தால், அவர்களால் வந்திருக்க முடியும். ஆனால் அவர்கள் விரும்பியது அதை

அல்ல. ஜெர்மனி, போலாந்தை காலி செய்ய வேண்டும். போலந்தை காலி செய்துவிட்டு ஹிட்லரால் சும்மா இருக்க முடியாது. ஆக, அடுத்து சோவியத்தான். இல்லையா?

•

ஸ்டாலினின் ஒரே கவலை, லெனின்கிராடை பாதுகாப்பதுதான். ஃபின்லாந்தின் எல்லையிலிருந்து வெறும் முப்பது சொச்ச கிலோ மீட்டர் தள்ளி அமைந்துள்ளது லெனின்கிராட். ஃபின்லாந்து, ஜெர்மனியின் தோஸ்த். சோவியத்தைத் தாக்க வேண்டும் என்று ஹிட்லர் நினைத்தால், ஃபின்லாந்து வழியாக வருவதுதான் அவர்களுக்குச் சுலபம்.

அடுத்து என்ன செய்வார் என்று யூகிக்கவே முடியாத ஒரு கதாபாத்திரம் ஹிட்லர். அந்தக் குட்டி மீசைக்குப் பின்னால் எத்தனையோ ரகசிய ஆசைகள் ஒளிந்து கிடக்கலாம். யார் கண்டது? எப்படியும் ஜெர்மனியுடன் போரிட வேண்டி வரும். இன்றில்லா விட்டால் நாளை. நாளை இல்லாவிட்டால் மறுநாள்.

அக்டோபர் 14, 1939 அன்று ஸ்டாலின் ஃபின்லாந்துக்கு முறைப்படி ஒரு கடிதம் எழுதினார். 'ஐயா, ஜெர்மனி பொல்லாத நாடு. ஹிட்லர் பொல்லாத ஆசாமி. அவருக்கு கம்யூனிஸ்டுகளைக் கண்டால் அலர்ஜி. அதனால் எந்நேரமும் சோவியத்தை அவர்கள் தாக்கலாம். எனவே, தயவு செய்து உங்கள் கொல்லைப்புறத்தை சிறிது காலம் அடைத்து வையுங்கள்!'

மாட்டோம் என்றது ஃபின்லாந்து. சரி, குறிப்பிட்ட எல்லைப் பகுதியை எங்களுக்குக் குத்தகைக்கு தருகிறீர்களா என்றார். ம்ஹூம் மாட்டோம் என்றது ஃபின்லாந்து. அக்டோபர் போய் நவம்பர் வந்துவிட்டது. ஆனால் ஃபின்லாந்து சிறு துரும்பையும் கிள்ளிப் போடவில்லை.

நவம்பர் இறுதியில் சோவியத், ஃபின்லாந்து மீது போர் தொடுத்தது. அவ்வளவுதான். பட்டும் படாமல் ஒதுங்கி பேப்பர் படித்துக் கொண்டிருந்த பிரிட்டனும் பிரான்சும் அலறியடித்துக் கொண்டு ஓடி வந்தன. 'ஐயயோ, அப்பாவி ஃபின்லாந்தை ஸ்டாலின் நசுக்குகிறாரே!'

இரு நாடுகளும் கான்ஃபரன்ஸ் கால் போட்டு பேசின. சோவியத்தை அழிக்க வேண்டும். அதுதான் முக்கியம். இது ஒரு வாய்ப்பு. ஹிட்லர் தெரிந்தோ தெரியாமலோ அருளிய அற்புத வாய்ப்பு. எந்த அளவுக்கு இந்த வாய்ப்பை சாதகமாகப் பயன்படுத்திக் கொள்கிறோமோ அந்த அளவுக்கு நமக்குத்தான் நல்லது. இல்லையா?

சோவியத்தைப் போட்டுத்தள்ள இதைவிட வேறொரு சந்தர்ப்பம் அமைந்துவிடுமா? ஃபின்லாந்துக்காக என்னென்ன செய்ய

வேண்டுமோ அத்தனையும் செய்ய பிரிட்டனும் பிரான்சும் ஒப்புக் கொண்டன. அடுத்த விநாடி, 700 விமானங்கள், 1500 பீரங்கிகள், 6000 இயந்திரத் துப்பாக்கிகளை பொட்டலம் கட்டி ஃபின்லாந்துக்கு அனுப்பி வைத்தன. 'நண்பா, வைத்துக்கொள். எப்படியாவது கம்யூனிஸ பூதத்தை விரட்டி அடி. வேறு ஏதாவது உதவி தேவைப்பட்டால் மறக்காமல் கேள். ஓடி வருகிறோம். அள்ளித் தருகிறோம். ஆல் தி பெஸ்ட்!'

மற்றொரு சுப காரியத்தையும் இவர்கள் செய்தார்கள். நாடுகளின் கூட்டமைப்பிலிருந்து (League of Nations) சோவியத்தை விலக்கி வைத்தார்கள்.

மார்ச் 13, 1940-ம் ஆண்டு சோவியத்-ஃபின்லாந்து யுத்தம் முடிவுக்கு வந்தது. உட்கார்ந்து பேசி உடன்படிக்கையில் கையெழுத்துப் போட்டுக் கொண்டார்கள். எல்லைப் பகுதிகளை, அதாவது பால்டிக் பகுதிகளை சோவியத் வென்றெடுத்தது.

●

ஃபின்லாந்து யுத்தத்தால் ஸ்டாலினுக்கு இழப்பும் இருந்தது; லாபமும் இருந்தது. லாபம், முக்கியப் பகுதிகளை மீட்டு வந்தது. அபாயகரமான நிலையில் சோவியத் இருப்பதை இனி தவிர்க்க முடியும். இழப்பை ஏற்படுத்திய விஷயம் செலவுகள். சிறிய யுத்தம்தான். ஆனால் அதற்குள் கையைக் கடித்துவிட்டது. பொருள் சேதம், உயிர் சேதம் இரண்டுமே அதிகம். ஆனால், இதிலிருந்தும் ஒரு படிப்பினையைப் பெற்றுக் கொண்டார் ஸ்டாலின். ராணுவத்தின் பலத்தை அதிகப்படுத்தியாக வேண்டும். உடனே. அப்போதுதான் தாக்குப் பிடிக்க முடியும்.

●

ஏப்ரல் 9, 1940. சிறிய இடைவெளிக்குப் பிறகு சோம்பல் முறித்துக் கொண்டே அடுத்த தாக்குதலுக்குத் தயாரானார் ஹிட்லர். அடுத்த இலக்கு டென்மார்க். மற்றும் நார்வே. இரண்டு நாடுகளிலும் அத்துமீறி புகுந்தது ஜெர்மன். டென்மார்க், சத்தம் போடாமல் சரணாகதி அடைந்தது. நார்வே முடிந்த வரை போராடிப் பார்த்துவிட்டு, இறுதியில் கைகளை மேலே தூக்கிக் கொண்டது. பிரிட்டன் அலறியடித்துக் கொண்டு நார்வேக்கு ஓடி வந்தது. ஆனால் அவர்களால் நாஜி படைகள் வெற்றியோடு திரும்பிச் செல்வதை தொலைவிலிருந்து வேடிக்கை பார்க்க மட்டுமே முடிந்தது.

1940 மே 10-ம் தேதி பிரிட்டனின் பிரதம மந்திரி சேம்பர்லைன் ராஜினாமா செய்தார். வின்ஸ்டன் சர்ச்சில் பிரதமராகப் பொறுப் பேற்றுக் கொண்டார்.

●

ஜெர்மன் தொடர்ந்து முன்னேறிக் கொண்டிருந்தது. அடுத்து ஹாலாந்து. பிறகு, பெல்ஜியம். பெல்ஜியத்துக்குப் பிறகு லக்சம்பர்க்.

இவை எல்லாம் சரிந்தது கூட பெரிய விஷயமல்ல. உலகின் சூப்பர் பவராகக் கொண்டாடப்பட்ட பிரான்சு, ஜெர்மனியிடம் தோற்றுப் போனது பலரை அதிர்ச்சியில் தள்ளியது. முதல் உலகப் போரின் போது தீரத்துடன் நெஞ்சை நிமிர்த்தி போரிட்டவர்கள் பிரெஞ்சு வீரர்கள். ஆனால், இந்த முறை அவர்களால் தாக்குப் பிடிக்க முடியவில்லை. ஜெர்மானியப் படைகள் போதாதென்று, விரைவில் இத்தாலியப் படைகளும் வந்து சேர்ந்தன. வேறு வழியில்லாமல், ஜுன் 22, 1940-ல் பிரான்ஸ், ஜெர்மனியிடம் சரணாகதியடைந்தது.

சர்ச்சிலுக்குப் பெரும் அதிர்ச்சி. ஹாலாந்து சரி. பெல்ஜியம் சரி. பிரான்ஸ் கூடவா ஜெர்மனியிடம் தோற்க வேண்டும்?

●

எந்தெந்த நாடுகளை நாஜிக்கள் அடுத்து தாக்குவார்கள் என்று சோவியத் நினைத்ததோ அந்தந்த நாடுகள் சோவியத்தால் கைப்பற்றப்பட்டன. லாத்வியா, லித்துவேனியா, எஸ்தோனியா போன்ற நாடுகள், சோவியத்தில் இணைந்து கொண்டன இப்படித்தான்.

ஜுன் 27, 1940-ல் பெஸ்ஸராபியா (Bessarabia), வடக்கு புகோவினா (North Bukovina) போன்ற பிரதேசங்கள், சோவியத்தால் கைப்பற்றப்பட்டன. இவை ருமேனியாவால் முன்னர் கையகப்படுத்தப்பட்ட பிரதேசங்கள்.

●

ஹிட்லர் அடுத்து சோவியத்தை குறிவைக்கப் போகிறார் என்று ஸ்டாலினுக்குத் தெரிந்துவிட்டது. ஏற்கெனவே ஃபின்லாந்தில் ஜெர்மானிய படைகள் கூடாரம் அமைத்துவிட்டன. பால்டிக் நாடு களைக் கைப்பற்ற வேண்டும் என்பது ஹிட்லரின் விருப்பம். தவிரவும் ஜெர்மனி, இத்தாலியோடும் ஜப்பானோடும் ஒரு ஒப்பந்தத்தை வேறு கமுக்கமாக உருவாக்கி இருக்கிறது. மொத்தத்தில், எதிரிகள் அணி திரண்டு விட்டார்கள். இனி உஷாராக இருப்பது நம் கடமை.

ஹிட்லரின் மனத்தில் என்ன சிந்தனை ஓடிக் கொண்டிருக்கிறது என்பதைத் தெரிந்து கொள்ள, ஸ்டாலின் விரும்பினார். அதே சமயம், ரிப்பன்ட்ராப்பிடமிருந்து ஓர் அழைப்பு வந்தது. மாலடோவை அழைத்தார் ஸ்டாலின்.

'ஒரு நடை ஜெர்மனிக்குச் சென்று, ரிப்பன்ட்ராப்பை குசலம் விசாரித்து விட்டு வாருங்கள்!'

'சரி.'

'ஹிட்லரின் அடுத்தத் திட்டம் என்ன என்று எனக்குத் தெரிய வேண்டும்!'

மாலடோ ரிப்பன்ட்ராப்பைச் சந்தித்தார். டீ, காபி எல்லாம் கொடுத்து வரவேற்ற ரிப்பன்ட்ராப் ஊர்க் கதை, உலகக் கதை என்று மணி கணக்கில் கதையளக்கத் தொடங்கிவிட்டார். சிறிது நேரம் தலையை ஆட்டி கேட்ட மாலடோ, தனது உள்ளக்கிடக்கை வெளிப்படுத்தினார்.

'அடுத்து என்ன செய்வதாக உத்தேசம்?'

'தெரியவில்லை. ஹிட்லரிடம்தான் கேட்கவேண்டும்.'

'ஜெர்மன் படைகள் ஃபின்லாந்தில் என்ன செய்து கொண்டிருக் கின்றன?'

'தெரியவில்லை. ஹிட்லரிடம்தான் கேட்க வேண்டும்.'

இதற்கு மேல் பேசிப் பிரயோஜனமில்லை என்று தெரிந்ததும் ஏரோப்ளேன் ஏறி சோவியத் திரும்பி விட்டார் மாலடோ.

மாலடோவிடமிருந்து விஷயத்தைக் கேட்டுக் கொண்ட ஸ்டாலின், சிறிது நேரம் அமைதியாக இருந்தார். பிறகு, தீர்க்கமான குரலில் கூறினார்.

'நாம் தயார் ஆக வேண்டிய நேரம் நெருங்கிவிட்டது.'

சோவியத் தயாரானது.

ராணுவத்தைப் பலப்படுத்தும் பணி தொடங்கியது. கிட்டத்தட்ட 30,000 லேசு வகை பீரங்கிகள்; 52,000 சிறுவகை பீரங்கிகள்; டாங்குகள், துப்பாக்கிகள் என்று செஞ்சேனை அசுர வளர்ச்சியடைந்தது இந்தக் காலக்கட்டத்தில்தான். நடுத்தர ரக டி/34 டாங்குகள், நவீன ரக துப்பாக்கிகள், போர் விமானங்கள் என்று பிரும்மாண்டமாக வளர்ச்சி யடைந்ததும் இந்தக் காலக்கட்டத்தில்தான்.

ஜெர்மனியின் படைபலம் லேசுபட்டதா என்ன? சுண்டைக்காய் போலாந்தைக் கைப்பற்றுவதற்கே 62 டிவிஷன்கள் கொண்ட பெரும் படைகளைத் திரட்டிக் கொண்டு போனவர்கள். 6000 பீரங்கிகள், 2800 கனரக டாங்குகள், 2000 போர் விமானங்களுடன் பரிபூரண ஆயுத பலம் பெற்ற பதினாறு லட்சம் வீரர்கள் ஹிட்லருக்கு சல்யூட் அடித்துவிட்டு போனார்கள்.

போலந்துக்கு இந்தப் படை எனில், சோவியத்துக்கு?

இந்த நினைப்பே சோவியத்தை வேக வேகமாக இயங்க வைத்தது. ராணுவ வீரர்கள் அத்தனைப் பேருக்கும் சிறப்பு ராணுவப் பயிற்சி. ராணுவ உயர் அதிகாரிகளைத் தேர்வு செய்யும் வேலையை ஸ்டாலினே முன் நின்று செய்தார். பல அதிகாரிகள் பணி மாற்றம் செய்யப்பட்டனர். புதிதாக பலர் இணைத்துக் கொள்ளப்பட்டனர்.

டிசம்பர் 1940-ல் மாபெரும் ராணுவ அதிகாரிகள் மாநாடு, மாஸ்கோவில் நடைபெற்றது. அத்தனை மாவட்டங்களையும் சேர்ந்த அத்தனை அதிகாரிகளும் இதில் கலந்து கொண்டனர். நவீன போர் யுக்திகள், தற்காப்பு கலைகள் பற்றி விவாதிக்கப்பட்டன. ஜெர்மனி திடீரென்று தாக்குதல் தொடுத்தால் என்னென்ன செய்யவேண்டும் என்று தெளிவுப் படுத்தப்பட்டன.

மறுநாள், ஒரு வித்தியாசமான நிகழ்ச்சியை இந்த மாநாட்டில் நடத்திக் காட்டினார்கள். ஒரு குழு தனியாக ஒதுங்கி நின்றது. இவர்கள் நாஜிக்கள். அதாவது நாஜிக்களாக நடிக்கப் போகிறவர்கள். மற்றொரு குழுவில் சோவியத் ராணுவத்தினர் இருப்பார்கள். முதல் குழுவின் வேலை விதவிதமான போர் வியூகங்களை அமைத்து, விதவிதமான முறையில், புதிய வழிகளில் சோவியத் வீரர்கள் மீது தாக்குதல் தொடுக்க வேண்டும். ஒப்புக்குத்தான். அதே சமயம், சோவியத் ராணுவத்தினர் இந்தத் தாக்குதல்களை திறமையாகப் போராடி சமாளிக்க வேண்டும். ஒப்புக்குத்தான்.

ஆனால் ஆச்சரியம். இந்தப் பயிற்சி விளையாட்டின் மூலம் உண்மை யாகவே பல புதிய போர் யுக்திகளை சோவியத் ராணுவத்தினர் கற்றுக் கொண்டனர். அதை விட ஆச்சரியம் நாஜிக்கள் பின்னர் கடைப்பிடித்த பல போர் யுக்திகள், இந்த விளையாட்டுகளையே ஒத்திருந்தன.

அத்தனை விளையாட்டுகளையும் உன்னிப்பாகக் கவனித்தபடி உட்கார்ந்திருந்தார் ஸ்டாலின்.

12. எதிர்ப்பு, தகர்ப்பு!

சோவியத் யூனியனுடன் செய்து கொண்ட உடன்படிக்கையை கிழித்து குப்பைத் தொட்டியில் வீசினார் ஹிட்லர்.

ஜூன் 22, 1941. அதிகாலை மூன்று மணி. நாஜி போர் விமானங்கள் சோவியத் யூனியனுக்குள் சீறிப் பாய்ந்தன. டாங்கிகளும் பீரங்கிகளும் சிறிதுச் சிறிதாக சோவியத்தின் மேற்கு எல்லைப் பிரதேசத்துக்குள் ஊடுருவத் தொடங்கின.

அடுத்த கணமே சோவியத் சுதாரித்துக் கொண்டது.

3.07 மணிக்கு சோவியத்தின் பாதுகாப்பு அமைச்சர் டிமோஷென்கோ, ராணுவத் தலைமைத் தளபதி ஷுகோவ், துணைத்தளபதி வதூதின் மூவரும் களத்தில் இறங்கினார்கள். எங்கே ஊடுருவி இருக்கிறார்கள்? எங்கே நகர்ந்து கொண்டிருக்கிறார்கள்? தோரயமாக எத்தனைப் பேர்? என்னென்ன தளவாடங்கள்? எந்த மாதிரியான தாக்குதல்கள்?

ஸ்டாலினுக்கு உடனடியாக அத்தனைத் தகவல்களும் போய் சேர்ந்தன.

4.30 மணிக்கு ஸ்டாலினின் அலுவலகத்தில் அத்தனை ராணுவப் பெரும் புள்ளிகளும் ஆஜர்.

ஸ்டாலின் நாற்காலியில் சாய்ந்து அமர்ந்து தனது கண்களை மூடிக்கொண்டார். அவர் கலங்கிப் போயிருக்கிறார் என்பதை அதிகாரிகள் புரிந்துகொண்டனர். எதற்கும் கலங்காதவர். இரும்பு மனிதர். முதல் முறையாக சோர்வடைந்திருக்கிறார்.

தனது நெற்றியைக் கீறிக் கொண்டே யோசித்துக் கொண்டிருந்தார் ஸ்டாலின். 'இதோ வாசல் வரைக்கும் போர் வந்துவிட்டது. வா என்று அழைக்கிறது. என்ன செய்வது? ஜார் ஆட்சி வீழ்த்தப்பட்ட பிறகு, தாற்காலிக அரசாங்கம் வீழ்த்தப்பட்ட பிறகு, இனி ஒரு போர் சோவியத் மண்ணில் நடைபெறக் கூடாது' என்றுதான் விரும்பினேன்.

சோவியத் பிரும்மாண்டமாக வளர்ந்து கொண்டிருக்கிறது. லெனினின் கனவுகளைச் சிறிது சிறிதாக மெய்ப்பித்துக் கொண்டிருக்கிறேன். உலகின் முதல் சோஷலிஸ நாடு தனது நெஞ்சை நிமிர்த்தி எழுந்து நிற்கிறது. இன்னமும் அதிக தூரம் பயணிக்க வேண்டும். இன்னமும் நிறைய செய்யவேண்டும். நிறைய. நிறைய.

உலகின் பலம் பொருந்திய நாடாக சோவியத் மாறவேண்டும். ஏகாதிபத்திய வாதிகளோடு போரிட்டு அவர்கள் அத்தனைப் பேரையும் வீழ்த்த வேண்டும். உலகிலுள்ள அத்தனை தொழிலாளர்களும், ஒடுக்கப்பட்டவர்கள் அத்தனைப் பேரும் சோவியத்தை தமது தாய்நாடாகக் கொள்ள வேண்டும். ஆனால், அதற்கு முன் போர் அழைக்கிறது!'

விறைப்புடன் நிமிர்ந்து உட்கார்ந்த ஸ்டாலின், ராணுவ அதிகாரிகளை தீர்க்கமாகப் பார்த்தார்.

'போர் தொடங்கட்டும்.'

போர் தொடங்கியது.

ஆரம்ப கட்டத்தில், சோவியத் எதிர்பார்த்ததைப் போல் இந்த யுத்தம் அத்தனை சுலபமானதாக இல்லை. தீர்க்கமாகத்தான் போராடினார்கள். தீரமாகத்தான் எதிர்த்தார்கள். ஆனாலும், நாஜிக்களின் அச்சுறுத்தும் படை பலத்துடன் சோவியத்தால் போட்டிப் போட முடியவில்லை.

தவிரவும், நாஜி தரைப்படைகள் தாக்குதலைத் தொடர்ந்து கொண்டிருந்த அதே சமயம், வான்வழித் தாக்குதல்களும் ஆரம்பிக்கப்பட்டன. சோவியத் தரைவழித் தாக்குதலுக்கு மட்டுமே தயாராக இருந்தது. ஹிட்லரின் பிரத்தியேக உத்தரவு இது. சோவியத் தடுமாறிக் கொண்டிருக்கும் போதே விமானங்கள் சீறிப் பாய வேண்டும். சோவியத்தின் ராணுவத் தளங்கள் அத்தனையும் குண்டு வீசி அழிக்கப்பட வேண்டும்.

ஹிட்லரின் திட்டம் வேலை செய்தது.

எதிரணியில் கிட்டத்தட்ட மூன்று மில்லியனுக்கும் அதிகமான போர் வீரர்கள். பன்னிரெண்டு மோட்டார் வாகன படைகள். பத்தொன்பது கவசப் படைகள். சுமார் 3350 டாங்கிகள். 5000 போர் விமானங்கள். 7000

பீரங்கிகள். நினைத்துப் பார்க்கவே முடியாத அச்சுறுத்தல் இது. முழு சோவியத்தையும் மலைப்பாம்பைப் போல் உயிரோடு விழுங்க, ஹிட்லர் காட்டிய துடிப்பை இந்தப் படைபலத்தை வைத்தே தெரிந்து கொள்ளலாம்.

தவிரவும், ஜெர்மனிக்குத் தோள் கொடுக்கும் விதமாக, பதினான்கு ருமானிய பிரிவுகளும் இருபத்தொரு ஃபின்லாந்து பிரிவுகளும்கூட யுத்தத்தில் ஆஜராகியிருந்தன. நாளடைவில், இத்தாலி, ஹங்கேரி, ஸ்பெயின், ஸ்லோவாக்கிய ஆகிய நாடுகளும் கோயில் திருவிழாவுக்குக் காணிக்கைச் செலுத்துவதைப் போல் தங்கள் சக்திக்குத் தகுந்தாற்போல் சில பல படைகளை ஜெர்மனிக்கு அனுப்பி வைத்தன. 'உலக தலைவர் ஹிட்லர் அவர்களே, ஏதோ எங்களால் முடிந்த சிறு காணிக்கை. யுத்தம் முடிந்து நீங்கள் பிரபஞ்சத்தை ஆள நேர்ந்தால், எங்களை மறந்து விடாதீர்கள்!'

இத்தனைப் படைகளையும் சோவியத் எதிர்த்தாக வேண்டும்.

ஹிட்லர் தொடங்கி வைத்த இந்தத் திடீர் யுத்தம் ஆபரேஷன், பார்பரோஸா (Operation Barbarossa) என்று அழைக்கப்பட்டது. ஹிட்லரின் திட்டம் விஸ்தீரமானது. முதலில் பால்டிக் குடியரசுகளை மடக்கிப் போட வேண்டும். பிறகு உக்ரைன். அப்படியே முன்னேறி, மாஸ்கோ. பிறகு? பிறகு பார்த்துக் கொள்ளலாம்.

வாழ்வா சாவா? போராடப் போகிறாயா கைகளை மேலே தூக்கி சரணடையப் போகிறாயா? சோவியத் விடையளிக்க வேண்டிய கேள்வி இதுதான்.

கிட்டத்தட்ட பூமிப்பந்திலுள்ள கால் வாசி நாடுகள் ஒன்றுகூடி கொல்லைப்புறத்துக்கு வந்துவிட்டது. ராணுவம் எதிர்த்துக் கொண்டு தான் இருக்கிறது. ஆனால், இழப்பு பற்றிய செய்திகள் தைரியமூட்டும் படி இல்லை.

ம்ஹூம். இந்த எதிர்ப்பு பத்தாது. இந்தப் படை போதாது. அதிரடியாக ஆயத்தமாக வேண்டும். மிகப் பெரிய அடியாக கொடுக்க வேண்டும்.

ஒட்டுமொத்த சோவியத் தேசமும் தனது கட்டை விரலில் எழுந்து நின்றது. ராணுவத்துக்கு ஆள்கள் சேர்க்கும் பணி முழு மூச்சில் தொடங்கப்பட்டது. பிறகு, ஆயுதங்கள். பிரத்தியேக ஆயுத தயாரிப்புத் தொழிற்சாலைகள் போதாது. ஒவ்வொரு தெருவிலும் உள்ள ஒவ்வொரு சிறிய, பெரிய தொழிற்சாலையும் அவசர கதியில் ஆயுதங்கள் தயாரிக்க வேண்டும்.

நீ என்ன செய்கிறாய்? இயந்திரங்கள். நீ? ஸ்பேர் பார்ட்ஸ். சரி. இந்த நிமிடம் முதல் நீங்கள் தயாரிக்க வேண்டியது ஆயுதங்களைத்தான்.

இதோ, இதுதான் துப்பாக்கியின் மாடல். இதே போல் ஆயிரம் துப்பாக்கிகள் வேண்டும். உடனே உடனே. கிட்டத்தட்ட குடிசைத் தொழில் போல் எல்லா சிறிய, பெரிய தொழிற்சாலைகளிலும் ஆயுதங்கள் தயாரிக்கப்பட்டன.

போர் எத்தனை காலம் நீடிக்கும் என்று தெரியாது. எவ்வளவு ஆயுதங்கள் தேவைப்படும் என்று தெரியாது. எத்தனைப் படை வீரர்கள் தேவைப் படுவார்கள் என்று கணிக்க முடியாது. ஆயுதங்கள் வந்துகொண்டே இருக்க வேண்டும். படைகள் வளர்ந்து கொண்டே இருக்க வேண்டும்.

இரவு, பகல். நேரம், காலம். டீ டைம், லஞ்ச் டைம். எதையும் பார்க்காமல் பேய்த்தனமாக இயங்கியது ரஷ்யா. 1500க்கும் மேற்பட்ட தொழிற்சாலைகள் இடம் மாற்றம் செய்யப்பட்டன. போர்க்களத்துக்கு அருகே செல்லுங்கள். உடனே உடனே ஆயுதங்கள் தயாரிக்கப்பட்டு உடனே உடனே போர்க்களத்துக்கு அனுப்பியாக வேண்டும். இனி ஒரு விநாடியைக் கூட விரயம் செய்ய முடியாது.

ரேடியோவைத் திருகினால், ஸ்டாலினின் கரகரத்த குரல்.

'தோழர்களே, மக்களே, என் சகோதர சகோதரிகளே, ராணுவக் கப்பற் படை வீரர்களே, அன்பு நண்பர்களே! உங்களுக்காகத்தான் நான் உரையாற்றுகிறேன்.

நமது எதிரி மிகவும் கொடூரமானவன். ஆபத்தானவன். ஜார் ஆட்சியை மீண்டும் கொண்டு வர அவன் முயற்சிக்கிறான். நமது எண்ணெய் வளங்களைக் கைப்பற்ற அவன் விரும்புகிறான்.

ரஷ்யர்களை, பைலோ ரஷ்யர்களை, லிதுவேனியர்களை, லாத்வியர் களை, எஸ்தோனியர்களை, உஸ்பெக்குகளை, தத்தார்களை, மால்டே வியர்களை, ஜார்ஜியர்களை, அர்மீனியர்களை, அஜர்பைனர்களை அழித்து ஒழிக்க அவன் முயற்சி செய்துகொண்டிருக்கிறான். மீண்டும் அடிமை முறையைக் கொண்டு வர அவன் விரும்புகிறேன்.

கூடாது. அப்படி நடக்க விடக் கூடாது. நமது எதிரியை நாம் விரட்டியாக வேண்டும்.

சுதந்தரமாக வாழப் போகிறோமா அல்லது அடிமைத்தனத்தில் விழப்போ பாகிறோமா? இதுதான் நம் முன்னால் உள்ள கேள்வி!'

மக்கள் சிலிர்த்துக்கொண்டு எழுந்தனர்.

குழப்பத்தில் ஆழ்ந்திருந்த மக்களுக்கு எழும் அத்தனைக் கேள்வி களுக்கும் ஸ்டாலின் நிறுத்தி நிதானமாக விடையளித்தார்.

சோவியத்தில் தற்போது என்ன நடந்து கொண்டிருக்கிறது? நாஜிக்கள் தொடுத்துள்ள போர் எந்த அளவுக்கு நெருக்கடியை ஏற்படுத்தியுள்ளது? போர் நடந்து கொண்டிருக்கும் சமயத்தில் மக்கள் என்ன செய்ய வேண்டும்? ராணுவத்துக்கு மக்களால் உதவி செய்ய முடியுமா? எனில், என்ன மாதிரியான உதவி?

'நாங்கள் உதவுகிறோம் ஸ்டாலின்' என்றனர் மக்கள். 'போர் முடிவடையும் வரை, சோவியத் வெற்றி பெறும் வரை, எத்தனை சிரமங்கள் வந்தாலும், எத்தனை இடர்பாடுகள் வந்தாலும், அவற்றை நாங்கள் தாங்கிக் கொள்வோம். எங்கள் மன உறுதியை இழக்க மாட்டோம்.'

ஸ்டாலின் புன்னகைத்தார். அவர் எதிர்பார்த்தது இதைத்தான்.

ஆச்சரியமூட்டும் விதத்தில் சோவியத்தின் திட்டம் நிறைவேறியது. பளபளக்கும் புதிய ஆயுதங்களுடன் புதிய உற்சாகத்துடன் போரில் நுழைந்தது சோவியத் ராணுவம்.

நாஜிக்கள் திணறிவிட்டனர். சிறு சிறு அலைகளை அவர்கள் எதிர்பார்த்திருந்தார்கள். வந்ததோ ஆர்ப்பரிக்கும் கடல்.

எங்கிருந்து திடீரென்று இத்தனை பலம் வந்து சேர்ந்தது? இத்தனை ஆயிரம் படை வீரர்கள் எங்கிருந்து முளைத்தார்கள்? இத்தனை நவீன ஆயுதங்களை அவர்கள் எங்கே வைத்து தயாரித்தார்கள்? எப்போது தயாரித்தார்கள்? எங்கிருந்து கற்றார்கள் இந்தப் போர் யுக்திகளை? யார் இவர்களுக்கு உந்து சக்தி? ஸ்டாலினா? ஐயோ! இத்தனை பலம் பொருந்தியவரா அவர்!

நாஜிப்படை அதிர்ச்சியடைந்தது என்று சொல்வதை விட, ஆச்சரிய மடைந்தது என்றுதான் சொல்ல வேண்டும்.

அந்த விநாடி தொடங்கி நாஜிக்கள் சரிய ஆரம்பித்தனர்.

ஸ்மோலென்ஸ்க்கில் நடைபெற்ற இரண்டு மாத யுத்தத்தில் மட்டும் 2,50,000 ஜெர்மனியர்கள் உயிரிழந்ததை நம்ப முடியாத தொனியில் தலையைக் கவிழ்த்துக் கொண்டு ஒப்புக் கொண்டது.

ஹிட்லர் கடுகடுப்புடன் ஒவ்வொரு உத்தரவாகப் பிறப்பித்துக் கொண்டி ருந்தார். இத்தனை நாடுகளை அநாயாசமாக வென்று எடுத்து விட்டோம். சோவியத்திடம் இப்படித் தடுமாறலாமா? 'ஏ! நாஜிக்களே. எங்கே போனது உங்கள் தீரம்? எங்கே போனது உங்கள் தேச பக்தி?'

படைகள் மென்மேலும் வந்து குவிந்தன. இழுத்துப் பிடித்துக் கொண்டு போரிட்டது நாஜிக்கள் படை. 1941, ஜூலை 16 அன்று ஸ்மோலென்ஸ்க் முழுவதும் ஜெர்மனி வசம் சென்றது.

அடுத்து, சோவியத்தின் தென் பகுதி. கீவ். புயல் போல் நுழைந்தது நாஜிப்படை. சோவியத் கொஞ்சம் மிரண்டு விட்டது உண்மை.

ஸ்டாலின் வரைபடத்தை விரித்து வைத்துக் கொண்டு ஆராய்ந்து கொண்டிருந்தார். எதிரில் ஷுகோவ். (Zhukov).

'அநேகமாக கீவ் பிரதேசத்தை நாம் இழக்க வேண்டி வரலாம்.'

ஸ்டாலின் சரேலென்று நிமிர்ந்தார்.

'நீங்கள் என்ன சொல்கிறீர்கள்? ஒரு கமாண்டராக இருந்து கொண்டு இப்படிச் சொல்லலாமா?'

'நிலைமையை நன்றாக ஆராய்ந்த பிறகே நான் இந்த முடிவுக்கு வந்திருக்கிறேன். அத்தனை அதிகாரிகளும் இதைத்தான் சொல்கிறார்கள்.'

ஸ்டாலின் வெடித்தார்.

'நீங்கள் பேசுவது முட்டாள்தனமாக இருக்கிறது.'

'நீங்கள் அப்படி நினைத்தால், என்னை பதவியிலிருந்து இறக்கி, போர்முனைக்கு அனுப்புங்கள்!'

ஷுகோவ் உடனடியாக வேறு இடத்துக்கு மாற்றப்பட்டார்.

புதிய கமாண்டரைப் பெற்ற சோவியத் படைகள் மீண்டும் துடிப்புடன் போரைத் தொடர்ந்தன.

•

ஜுலை 30, 1941. அமெரிக்க அதிபர் ரூஸ்வெல்ட்டின் பிரதிநிதி ஹாரி ஹாப்கின்ஸ் மாஸ்கோ வந்து சேர்ந்தார். ஸ்டாலினைச் சந்தித்து உரையாடினார். போர் எப்படி நடந்து கொண்டிருக்கிறது? ஜெர்மன் அநியாயத்துக்குப் படுத்துகிறதா? நிலைமை யாருக்குச் சாதகமாக இருக்கிறது?

அலட்டிக் கொள்ளாத புன்னகையுடன் ஸ்டாலின் பதிலளித்தார். 'நிலைமை சோவியத்துக்குச் சாதகமாக இருக்கிறது. ஜெர்மனிய படைகள் அடித்து விரட்டப்படும். இன்னும் எத்தனை எதிரிகள் தோன்றினாலும் அவர்களை வெல்வோம். நேரில் வந்து விசாரித்ததற்கு நன்றி. அமெரிக்காவுக்கு எனது வந்தனங்கள்!'

ஹிட்லர் சளைக்காமல் முன்னேறிக் கொண்டிருந்தார். படைகளின் ஆக்ரோஷம் அதிகரித்திருந்தது. தோல்விகள் பரிசளித்த ஆக்ரோஷம் அது.

செப்டம்பர் 1941. கீவ் சுற்றி வளைக்கப்பட்டது. அடுத்து, பால்டிக் பகுதிகள். அடுத்து, லெனின் கிராட்.

லெனின் கிராடை நெருங்குவார்கள் என்று சோவியத் ஏற்கெனவே யூகித்திருந்தது. படைகள் தயாராக இருந்தன. 'வா, வா. உனக்கு சமாதி இங்கேதான்!'

ஆர்ப்பரிக்கும் கடலை நாஜிப் படைகள் முன்னரே சந்தித்துவிட்டன. இந்த முறை லெனின் கிராடில் அவர்கள் சந்தித்தது சுழற்றி அடிக்கும் சூறாவளியை. அவர்கள் எதிர்பார்த்தது போர் வீரர்களை. ஆனால் அவர்கள் போரிட்டது போர் வீரர்களுடன் மட்டுமல்ல, மக்களிடம் தான். தேசத்தை காக்க ஒரு நகரமே இப்படிப் போர்முனையில் வந்து குவியும் என்று அவர்கள் எதிர்பார்க்கவில்லை.

ஆச்சரியம். பிரும்மாண்டம். தீரம். இந்த மூன்றும் ஒன்று சேர்ந்து நாஜிக்களை சாய்த்து வீழ்த்தியது.

•

தன் வாழ்நாளில் இப்படி ஓர் அவமானத்தை ஹிட்லர் சந்தித்தது கிடையாது. மக்களிடம் படை வீரர்கள் தோற்று விட்டார்களா? நாகமாகச் சீறினான் ஹிட்லர்.

'லெனின் கிராட் ஒழியட்டும். மாஸ்கோவுக்கு முன்னேறு. மாஸ் கோவைச் சுற்றி வளை. சோவியத்தின் இருதயத்தில் ஈட்டியை செருகு. மாஸ்கோவைக் கைப்பற்றிவிட்டால் ஒட்டு மொத்த சோவியத்தும் சுருண்டு படுத்துவிடும். இதையாவது உருப்படியாகச் செய். செய்ய முடியவில்லை என்றால் செத்துப் போ.'

ஹிட்லரிடம் இருந்த சீற்றத்தில் நூற்றில் ஒரு பங்கு கூட நாஜிப் படைகளிடம் இல்லை. தங்களுக்குள் முணுமுணுத்துக் கொண் டார்கள். ஹிட்லருக்கு என்ன, மீசையைத் தடவிக் கொண்டு ஏதாவது உத்தரவு கொடுத்துவிடுவார். வெடவெடக்கும் குளிரில் ஜில்லிட்டுப் போன துப்பாக்கியை சுமந்து கொண்டு இந்தப் பொல்லாத ரஷ்யர்களிடம் மல்லுக் கட்டப் போவது நாம்தானே!

குளிர். இந்த ஒற்றை வார்த்தை நாஜிக்களை படுத்திய பாட்டை வார்த்தைகளால் வருணிக்க முடியாது. குளிர் தெரியும். கடும் குளிர் தெரியும். உறைய வைக்கும் குளிரும் தெரியும். ரஷ்யாவில் பரவி யிருப்பது கொல்லும் குளிர். வானாகி, மண்ணாகி, வளியாகி, உளியாகி, அங்குமாய், இங்குமாய் பரவிக் கிடக்கும் கொலை பாதகக் குளிர்.

குளிர் ஆரம்பிப்பதற்குள் யுத்தத்தை முடித்துக் கொண்டு கோப்பையுடன் நல்ல பிள்ளையாக ஊருக்குத் திரும்புவதுதான் ஜெர்மனியின் திட்டம்.

எப்போது சோவியத்தில் காலடி எடுத்து வைத்தார்களோ அப்போதே அந்தத் திட்டம் குளிரில் உறைந்து செத்து விட்டது.

மைனஸ் முப்பது டிகிரிக்குக் குறைவாக ரஷ்யாவில் எந்தப் பிராந்தியமும் கிடையாதா? புலம்பிக் கொண்டே மாஸ்கோவை அடைவதற்குள் சுண்ணாம்பாகி விட்டார்கள். மாஸ்கோவில் நுழைந்த பிறகுதான் ஒரு விஷயம் தெரிந்தது. அங்கு மைனஸ் ஐம்பது.

செத்தே போனார்கள்.

சோவியத் படைகள் உற்சாகத்துடன் நாஜிப் படைகளைத் தாக்கி அழிக்க ஆரம்பித்தது. மொத்தம் பதினைந்து நாடுகள்.

டிசம்பர் 6. சின்னாபின்னமாகிப் போனது ஜெர்மனி. புறமுதுகு அல்ல அகமுதுகையும் காட்டியபடி ஓட ஆரம்பித்தார்கள்.

நாஜிப் படைகளை நிஜமாகவே ஓட ஓட விரட்டியது சோவியத். மேற்கு நோக்கி முந்நூறு கிலோ மீட்டர் தூரத்துக்கு விரட்டியடித்தார்கள். 'இனி கனவிலும் சோவியத்தை நினைத்துப் பார்க்காதே. பிழைத்து ஓடு. அந்த கால் வாசி மீசைக்காரரை அடங்கி இருக்கச் சொல்!'

●

நவீன சோவியத் வரலாற்றில் மாஸ்கோ யுத்தம் ஒரு தனிப்பெரும் வெற்றிக் காவியம். இரண்டாம் உலகப் போர் முழுமைக்கும் ஜெர்மனி சந்தித்த இழப்புகளிலேயே மிகப் பெரியது மாஸ்கோ சண்டையின் போது ஏற்பட்ட இழப்புதான். ஐந்து லட்சம் வீரர்கள். 1300 டாங்கிகள். 2500 பீரங்கிகள்.

பிரிட்டன், பிரான்ஸ், அமெரிக்கா தொடங்கி பூமிப்பந்திலுள்ள ஒவ்வொரு நாடும் சோவியத்தை அண்ணாந்து பார்த்த தருணம் அது.

சோவியத்தின் மகத்தான வெற்றி, ஒருவரும் எதிர்பாராதது.

திடீரென்று, ஜப்பான், பேர்ல் துறைமுகத்தைத் (Pearl Harbor) தாக்கும் என்றும் ஒருவரும் எதிர்பார்க்கவில்லை.

அந்த நிமிடம் தொடங்கி, இரண்டாம் உலகப் போர் உக்கிரமடையத் தொடங்கியது. அது வரை, ஓரமாக இருந்து பேப்பர் படித்துக் கொண்டிருந்த அமெரிக்கா, துள்ளியெழுந்து போர்க்களத்தில் குதித்தது.

'ஜப்பானை உடனடியாக ஒடுக்கியாக வேண்டும். கையோடு ஜெர்மனியை அடக்க வேண்டும். கையோடு என்ன கையோடு? முதலில் ஜெர்மனிதான். ஜெர்மனியை அடக்கினால் ஒட்டுமொத்த களேபரமும் முடிவுக்கு வந்துவிடும். ஹிட்லர் ஒரு விஷ வித்து. அதை தண்ணீர்

ஊற்றி வளர்த்தது தவறு. பாதகமில்லை. நடந்தது நடந்ததாகவே இருக்கட்டும். இனி, நடக்கப்போவதுதான் முக்கியம்!'

அமெரிக்கா. அமெரிக்காவின் ஆத்ம நண்பன் பிரிட்டன். பிறகு, சோவியத். மூன்று நாடுகளும் ஒன்றிணைந்து ஒரு பலமான கூட்டணியை அமைத்துக் கொண்டன.

சர்ச்சிலும் அமெரிக்க அதிபர் ரூஸ்வெல்ட்டும் சோவியத் சுப்ரீம் ஸ்டாலினைச் சந்தித்தார்கள். இரண்டு ஏகாதிபத்திய நாடுகள். இரண்டு பணக்கார நாடுகள். அவை நாடிச் சென்றது சோவியத்தை. போல்ஷ் விக்குகளின் சிவப்பு தேசத்தை.

வேறு வழியேயில்லை. கம்யூனிஸம், கொள்கை, கத்திரிக்காய் என்று ஆராய்ந்து கொண்டிருக்க நேரமில்லை. ஹிட்லரை ஒழிக்க முடியுமா? இதுதான் கேள்வி. இதுதான் பிரச்னை. ஸ்டாலின் வாழ்க என்று கத்தினால் ஹிட்லர் அடங்குவார் என்றால் அதற்கும் தயார்.

●

பேர்ல் துறைமுகத்தை ஜப்பான் சிதறடித்ததை குதூகலத்துடன் ரசித்த ஹிட்லர், மிதப்புடன் அமெரிக்கா மீது போர் பிரகடனம் செய்தார்.

ஹிட்லர் இடத்தில் வேறு யாராவது இருந்திருந்தால், மாஸ்கோ தோல் விக்குப் பிறகு, வாலண்டரி ரிட்டையர்மெண்ட் வாங்கிக் கொண்டு ஓடியிருப்பார்கள். ஆனால், மிகப் பெரிய தோல்விக்குப் பிறகும் ஹிட்லர் ஹிட்லராகத்தான் இருந்தார்.

போர் தொடங்கியது.

அமெரிக்கா துப்பாக்கியைத் தூக்கிக் கொண்டு தயாரானது. கூடவே பிரிட்டனும். ஜூன் 6, 1944 அன்று இரண்டு தேசங்கள் பிரான்ஸின் வடக்கு எல்லையில் ஒன்று திரண்டன. ஆப்பரேஷன் ஓவர்லார்ட் (Operation Overlord) என்று அழைக்கப்பட்ட உக்கிரமான தாக்குதல் ஆரம்பித்தது. தொடங்கும்போதே இப்படிப் பேய்த்தனமாகத் தொடங்குவார்கள் என்று ஹிட்லர் சற்றும் எதிர்பார்க்கவில்லை.

ஜெர்மன் படைகள் முற்றிலுமாகச் செயலிழந்துப் போயின.

●

பிப்ரவரி 23, 1945.

செஞ்சேனையின் 27-வது ஆண்டு விழாவில் அமைதியாக உரையாற்றிக் கொண்டிருந்தார் ஸ்டாலின்.

‘ஜெர்மனியை முழுமையாக வெற்றி கொள்ளும் தருணம் வந்து விட்டது. ஜெர்மனியின் கடைசி படைகள் மட்டுமே எஞ்சியிருக் கின்றன. நாம் தொடர்ந்து கடுமையாகச் சண்டையிட வேண்டும். கடுமையாக உழைத்தால் மட்டுமே இறுதி வெற்றி சாத்தியப்படும். தாக்குதலிலிருந்து தப்பிக்க எதிரி மிகவும் மூர்க்கமாகப் போராடிக் கொண்டிருக்கிறான்.’

•

பிப்ரவரி, மார்ச். இந்த இரண்டு மாதங்களில் சோவியத் காட்டிய தீரமும் ஆவேசமும் இது வரை ஜெர்மனி சந்திக்காதவை.

இனி எழுந்திருக்கவே முடியாது என்னும் நிலைக்கு ஜெர்மனி தள்ளப் பட்டது இந்த இரண்டு மாதங்களில்தான். ஹிட்லர் தனது போர்த் தந்திரங் களைத் தொடர்ந்து மாற்றிக் கொண்டே இருந்தார். ஒவ்வொரு முறையும் தோல்விதான்.

சோவியத்தின் ராணுவ பலத்தைக் கண்டு பிரிட்டன், அமெரிக்க உள்ளிட்ட கூட்டணி நாடுகளே திகைத்து விட்டன.

ஜெர்மனி கைப்பற்றியிருந்த பிரதேசங்கள் அத்தனையும் மூட்டை யிலிருந்து சிதறிய நெல்லிக்கனிகளாக உருண்டு ஓடின.

போலாந்து முழுமையாக விடுவிக்கப்பட்டது. செக்கஸ்லோ வாக்கியாவின் பெரும் பகுதிகள் சுதந்தரம் அடைந்தன. ஆஸ்திரியாவின் தலைநகரமான வியன்னாவை சோவியத் கைப்பற்றியது. அட்டகாச மாக, முன்னேறிய சோவியத், பெர்லினுக்குள் ஊடுருவ ஆரம்பித்தது.

வேடிக்கை பார்க்க மட்டுமே முடிந்தது ஜெர்மனியால். அவ்வளவுதானா என்றார் ஹிட்லர். அவ்வளவுதான் என்றது ஜெர்மனி. அவ்வளவுதான் என்றது நாஜிப்படை. அவ்வளவுதான் என்றது சரித்திரம்.

ஏப்ரல் 30, 1945 அன்று ஹிட்லர் தற்கொலை செய்துகொண்டார்.

•

வெற்றி முழக்கங்களுடன் சோவியத் பெர்லினுக்குள் நுழைவதைக் கண்ட சர்ச்சில் அலறிவிட்டார். ‘இதென்ன, நம் எல்லோரையும் ஸ்டாலின் விஞ்சி விடுவார் போலிருக்கிறதே!’

தனது ஆதங்கத்தை வெளிப்படுத்தும் வகையில் ரூஸ்வெல்ட்டுக்கு ஒரு கடிதம் எழுதினார் சர்ச்சில்.

‘போகிற போக்கில் பார்த்தால் சோவியத், பெர்லினைக் கைப் பற்றிவிடும் போல் தோன்றுகிறது. அப்படி நடக்கும் பட்சத்தில்,

நம்மால்தான் போர் வெற்றி பெற்றது என்று சோவியத் பெருமையுடன் நினைத்துக் கொள்ளும் அபாயம் இருக்கிறது. அப்படி நடக்க விடுவது சரியல்ல. எந்த அளவுக்கு முடியுமோ அந்த அளவுக்குச் சீக்கிரமாக நாமும் பெர்லினுக்குள் நுழைய வேண்டும்.'

சோவியத்தைப் பார்த்து ஆச்சரியப்பட்டுக் கொண்டிருந்த பிரிட்டன், சோவியத்தைக் கண்டு முதல் முறையாகப் பயப்படத் தொடங்கியது.

●

பிரிட்டன், பிரான்ஸ், அமெரிக்கா மூன்றும் அலறியடித்துக் கொண்டு பெர்லினுக்குள் நுழைந்தன. சோவியத் முன்னரே பெர்லினுக்குள் நுழைந்துவிட்டது. நான்கு தேசங்களும் தம் ராணுவப் பிரதிநிதிகளை பெர்லினில் உட்கார வைத்தன. ஆகஸ்ட் 30, 1945 அன்று அதிகாரபூர்வ மான கவுன்சில் ஒன்று செயல்படத் தொடங்கியது. சோவியத், இந்தக் கூட்டணியில் இருந்து பின்னர் விலகிக் கொண்டது.

ஸ்டாலின் பெருமை பொங்க தனது மக்களுக்கு நன்றி தெரிவித்தார்.

'சோவியத் மக்களின் உழைப்பும் பலமும்தான் இந்த மகத்தான வெற்றியை நமக்குப் பெற்றுத் தந்திருக்கிறது. பலவிதமான இடர்பாடு களை, பிரச்னைகளை நாம் கடந்து வந்துவிட்டோம். இனி, வெற்றி பெற்றுவிட்டோம் என்று நாம் ஒவ்வொருவரும் பெருமையுடன் சொல்லிக் கொள்ளலாம். அமைதி திரும்பி விட்டது. இறுதியாக.'

13. புயலுக்குப் பின்...

அமைதி திரும்பிவிட்டது என்று எல்லோரையும் போல் ஸ்வெத்லானாவால் ஏற்றுக் கொள்ள முடிய வில்லை. காரணம், அவளால் அமைதியாக இருக்க முடியவில்லை.

எப்படி முடியும்? தந்தையை இப்போதெல்லாம் பார்க்கவே முடியவில்லை. எப்படிப் பார்க்க முடியும்? அவர் வீட்டுக்கு வந்தால்தானே! போர், பிரச்னை, சிக்கல்கள். ஒன்று முடிந்தால் மற்றொன்று. அது முடிந்தால் இன்னொன்று.

எங்கோ இருக்கும் சர்ச்சிலை வீட்டுக்கு அழைத்து வந்து பேசுவதற்கு நேரம் இருக்கிறது. கட்சி, பொதுக் கூட்டங்கள் என்றால் நேரம் இருக்கிறது. ஆனால், வீட்டில் இருந்தபடி சிறிது நேரம் மனம் விட்டுப் பேசலாம் என்றால், அதற்கு மட்டும் நேரமில்லை.

சமீப காலமாக இன்னமும் மோசம். போர். போர். போர். வாயைத் திறந்தால் இதைப் பற்றிதான் பேச்சு. ஜெர்மனி, ஹிட்லர், நேச படைகள், கூட்டு நாடுகள், உடன்படிக்கைகள், ஒப்பந்தம், லெனின்கிராட், மாஸ்கோ, சோவியத்.

ஆனாலும், ஸ்வெத்லானா தனது தந்தையைப் பற்றி நன்றாக அறிந்திருந்தாள். அதனால்தான் ஒவ்வொரு முறை அவருடன் கோபித்துக் கொள்ளும் போதும், அது பொய்ச் சண்டையாக மாறிவிடுகிறது.

அலுவலகத்தில் அவர் ஏதோ ஒரு முக்கிய மீட்டிங்கில் இருந்தபோது (அமெரிக்கப் பிரதிநிதி

ஹாப்கின்ஸிம் உரையாடிக் கொண்டிருந்த சமயம் அது) ஸ்வெத்லானா தன் தந்தையை தொலைபேசியில் அழைத்தார்.

'அப்பா, நான் டிப்ளமோ பட்டம் பெற்றுவிட்டேன்.'

'அப்படியா? சந்தோஷம். மகிழ்ச்சி. உன்னை இப்போதே பார்க்க வேண்டும் போல் இருக்கிறது.'

'நான் அங்கு கிளம்பி வரவா?'

'சரி, வாயேன்.'

ஸ்வெத்லானாவிடம் நீண்ட நேரம் பேசினார் ஸ்டாலின்.

'அடுத்து என்ன படிக்கப் போகிறாய்?'

'பல்கலைக்கழகம் போக வேண்டும். மேற்படிப்பு படிக்க வேண்டும்.'

'என்ன படிக்கப் போகிறாய்?'

'கவிதைகள், கதைகள், கட்டுரைகள். இலக்கியம் படிக்கப் போகிறேன்!'

'வேண்டாம் ஸ்வெத்லானா. இலக்கியம் படிப்பது வீண்.'

'அப்படியானால் நான் என்னதான் படிப்பது?'

ஸ்வெத்லானாவின் தலையை புன்னகையுடன் கோதிவிட்டார் ஸ்டாலின்.

'வரலாறு படி. வரலாறு பல புதிய விஷயங்களை உனக்குக் கற்றுக் கொடுக்கும்!'

தனது மூத்த மகன் யாகோப் விஷயத்தில் தந்தை காட்டிய அணுகுமுறை ஸ்வெத்லானாவை மிகுதியாகக் கவர்ந்தது.

விஷயம் இதுதான்.

1935-ல் ராணுவத்தில் சேர்ந்தான் யாகோப். 14-வது படைப்பிரிவில் அவன் ஒரு லெஃப்டினெண்ட்.

பைலோரஷ்யப் போர் தொடங்கி மறுநாளே யாகோப் போர் களத்துக்குச் சென்று விட்டான். பிற கைதிகளுடன் சேர்த்து ஜெர்மனி, யாகோபையும் கைது செய்துவிட்டது. பின்னர், விசாரணையின்போது தான் பிடித்து வந்திருப்பது தங்க முட்டையை என்று அவர்களுக்குத் தெரிந்துவிட்டது.

ஸ்டாலினுடன் ஜெர்மனி பேரம் பேசியது.

‘உங்கள் மகன் யாகோவ் இப்போது எங்கள் கையில்!’ வில்லன் பாணியில் சொன்னது ஜெர்மனி.

இதயமே நின்றுவிடும் போல் இருந்தது ஸ்டாலினுக்கு. ஆனால், அடுத்த விநாடியே அவர் சுதாரித்துக் கொண்டார்.

‘சரி. சொல்லுங்கள்.’

‘யாகோப்பை உங்களிடம் திருப்பி அனுப்ப நாங்கள் தயாராக இருக்கிறோம். ஆனால் ஒரு நிபந்தனை. அதற்கு ஈடாக நீங்கள் சிறை வைத்திருக்கும் கைதிகளை விடுவித்துவிட வேண்டும். சம்மதமா?’

‘மன்னிக்கவும். எனக்குப் பேரம் பேசி பழக்கமில்லை.’

தொலைபேசியைத் துண்டித்துவிட்டார் ஸ்டாலின்.

தன் மகள் ஸ்வெத்லானாவிடம் பின்னர் இது பற்றி பேசினார்.

‘நான் செய்தது தவறு இல்லைதானே?’

‘இல்லை அப்பா.’

●

தன் தந்தையைப் ஒரு அறுபத்தைந்து வயது தாத்தாவாக ஸ்வெத்லானா வால் பார்க்க முடியவில்லை. ஆனால், உடல் தளர்ந்து படுக்கையில் அவர் சாயும்போதெல்லாம் அறுபத்தைந்து எனும் எண், அவள் நினைவுகளை அரிக்க ஆரம்பிக்கும்.

தேவைக்கும் அதிகமாகவே உழைத்துவிட்டார். இனி, அவர் நிச்சயம் ஓய்வெடுக்க வேண்டும் என்று கிரெம்ளின் மருத்துவர்கள் கறாராகச் சொல்லிவிட்டார்கள். ஆனால், அவர் கேட்பதாக இல்லை. எத்தனையோ முறை சொல்லிவிட்டாள். பலன் இல்லை.

●

தன் தந்தை ஒரு கண்டிப்பான மனிதரும் கூட என்று ஸ்வெத்லானாவுக்கு நன்றாகவே தெரியும்.

பல்வேறு சந்தர்ப்பங்களில் பல்வேறு காரணங்களுக்காக அவர் தன்னைக் கடிந்து கொண்டதையும் அவள் அடிக்கடி நினைத்துப் பார்த்துக் கொள்வாள்.

‘உடலோடு ஒட்டிக் கொள்ளும் படியாக ஏன் ஆடைகள் அணிகிறாய்? வளர்ந்த பெண்தானே! தொளதொளப்பான ஆடைகளை அணிய பழகிக் கொள். ஒரு போல்ஷ்விக் பெண்ணுக்கு கண்ணியம்தான் முக்கியம்!’

'தன்னடக்கம் போதாது. நீ இன்னமும் நிறைய வளர வேண்டி யிருக்கிறது!'

'பல சமயம் நீ திமிருடன் பேசுகிறாய், நடந்து கொள்கிறாய். தவறு!'

தன் முதல் கணவரை இறுதிவரை அவள் தந்தை ஏற்றுக் கொள்ளாமல் இருந்தது ஒரு உறுத்தல்தான். அதேபோல், ஸ்வெத்லானாவின் இரண்டாவது திருமணத்தையும் ஸ்டாலின் ஏற்றுக் கொள்ளவில்லை.

ஆனால் என்ன? அப்பாவுக்கும் மகளுக்கும் இடையே ஆயிரத்தெட்டு மனவிரோதங்கள் இருக்கும். ஆயிரத்தெட்டு சண்டைகள் மலரும். இதென்ன உலகப் போரா அடித்து வீழ்த்துவதற்கு? சண்டை போடுவார். ஆனால், விரைவில் ஓடி வந்து கட்டியணைத்துக் கொள்வாரா மாட்டாரா? அது, அதுதானே முக்கியம்.

1953, பிப்ரவரி 17. இந்தியத் தூதர் கே.பி.எஸ். கில்லை தனது கிரெம்ளின் மாளிகையில் வைத்துச் சந்தித்தார் ஸ்டாலின். உரையாடிக் கொண்டிருந்த போது ஒரு விநோதமான விஷயத்தைக் கண்டுகொண்டார் கில்.

ஒரு சிவப்பு பென்சிலை எடுத்துக் கொண்டு ஏதோ தீவிரமாகக் கிறுக்கிக் கொண்டிருந்தார் ஸ்டாலின். அப்படி அவர் என்னதான் கிறுக்குகிறார் என்று தெரிந்து கொள்ள விரும்பிய கில், தலையை உயர்த்திப் பார்த்தார்.

ஸ்டாலின் வரைந்து கொண்டிருந்தது ஓநாய்களை. தனி ஓநாய் அல்ல. ஓநாய்கள். கும்பல் கும்பலாக.

ஸ்டாலின் கடைசியாகச் சந்தித்த வெளிநாட்டு தூதர் இவர்தான்.

●

தன் அப்பாவிடம் பேச வேண்டும் போல் இருந்தது ஸ்வெத் லானாவுக்கு. தொலைபேசியில் அழைத்தார். கிடைக்கவில்லை. பல முறை முயன்றும் பேச முடியவில்லை.

மறுநாள் காலை. ஸ்வெத்லானாவுக்கு ஒரு செய்தி. 'உடனடியாக குண்ட்சேவோவுக்குக் கிளம்பி வரவும்!'

என்ன பிரச்னை? அப்பா எங்கே? அவசர அவசரமாகக் கிளம்பிச் சென்றார் ஸ்வெத்லானா.

அந்த அறையில் டாக்டர்கள் நிறைந்திருந்தார்கள். கூடவே கட்சித் தலைவர்கள். கூடவே நண்பர்கள்.

ஸ்வெத்லானா தன் தந்தையை உற்றுப் பார்த்தாள். மூலையில் போடப்பட்டிருந்த ஒரு கட்டிலில் தளர்வுடன் படுத்துக் கிடந்தார் அவர்.

பக்கத்தில் சென்று அமர்ந்த ஸ்வெத்லானா, அவரது கைகளை எடுத்து முத்தமிட்டாள்.

பிறகு, வெடித்துவிட்டாள்.

'என்ன சொல்கிறீர்கள் டாக்டர்? என் அப்பா இப்போது எப்படி இருக்கிறார்? அவரை என்ன செய்து கொண்டிருக்கிறீர்கள்? அவர் யார் என்று உங்களுக்குத் தெரியுமா?'

டாக்டர்கள் ஏதேதோ சொன்னார்கள். நாங்கள் பார்த்துக் கொள்கிறோம். அவருக்கு ஒன்றும் ஆகாது. இன்னபிற.

ஸ்வெத்லானாவின் கைகள் நடுங்கிக் கொண்டிருந்தன.

'பொய் சொல்கிறீர்கள். அவரை எல்லோரும் சேர்ந்து கொலை செய்து கொண்டிருக்கிறீர்கள்!'

●

சய நினைவு இல்லாமல் வெறுமையாகப் படுத்துக் கிடக்கும் தன் தந்தையை கண் கொண்டு பார்க்க முடியவில்லை ஸ்வெத்லானாவால். எப்போதாவது அரிதாகக் கண்களைத் திறப்பார். ஏதோ பேச வருவது போல தோன்றும். ஆனால் வார்த்தைகள் வராது.

●

1953. மார்ச் 5. இரவு எட்டு மணி. தன் தந்தையின் உயிர் பிரியும்போது ஸ்வெத்லானா அவருடன்தான் இருந்தார்.

_____

பின்னிணைப்பு – 1

கால வரிசை

1879   டிசம்பர் 21, 1879-ல் ஸ்டாலின், ஜார்ஜியாவில் பிறந்தார்.

1888   செப்டம்பர் மாதம் கோரி தேவாலய பள்ளியில் சேர்ந்தார்.

1894   டிப்ளிஸில் உள்ள தேவாலயப் பள்ளியில் அனுமதி கிடைக்கிறது.

1899   தேவாலயப் பள்ளியிலிருந்து வெளியேற்றப்படுகிறார்.

1902   முதல் கைது. சைபீரியாவுக்கு அனுப்புகிறார்கள்.

1903   போல்ஷ்விக், மென்ஷ்விக் பிரிவுகள் ஏற்படுகின்றன. லெனின் தலைமையிலான கட்சி, போல்ஷ்விக் கட்சி என்று அழைக்கப்படுகிறது.

1904   ஜனவரி 5-ம் தேதி, ஸ்டாலின் சைபீரியாவில் இருந்து தப்பிச் செல்கிறார்.

1905   ரஷ்யாவில் கொந்தளிப்பு நிலை. ஜார் இரண்டாம் நிக்கோலஸ் சில அரசியல் மாற்றங்களை அமல் படுத்துகிறார். டூமாஸ் (Dumas) எனப்படும் தேர்ந்தெடுக் கப்பட்ட அமைப்புகள் அறிமுகம் ஆகின்றன.

             ஸ்டாலின் எகாதெரினாவைத் திருமணம் செய்து கொள்கிறார்.

             போல்ஷ்விக் மாநாட்டில் கலந்து கொள்வதற்காக, ஃபின்லாந்து செல்கிறார் ஸ்டாலின். அங்கு லெனினை முதல் முறையாகச் சந்திக்கிறார்.

1907	மார்ச் மாதம் ஸ்டாலினின் மகன் யாகோப் பிறப்பு.
	அக்டோபர் மாதம் ஸ்டாலினின் மனைவி எகாதெரினாவின் மரணம்.
1912	கட்சியின் மத்தியக் குழுவில் இணைகிறார் ஸ்டாலின். தேர்ந்தெடுத்தவர் லெனின்.
1913	லெனினுடன் இணைந்து மார்க்ஸியமும் தேசிய நிலையும் என்னும் நூலை எழுதினார்.
1914	முதல் உலகப் போர் வெடிக்கிறது.
1917	ரஷ்யப் புரட்சியின் தொடக்கம். ஜார் ஆட்சி கவிழ்க்கப் படுகிறது. தாற்காலிக அரசாங்கம் அமைக்கப்படுகிறது.
	ஏப்ரல் மாதம், ஸ்டாலினும் லெனினும் பீட்டர்ஸ்பெர்க் திரும்புகிறார்கள்.
	நவம்பர் மாதம் தாற்காலிக அரசாங்கம் கவிழ்க்கப் படுகிறது. போல்ஷ்விக் அரசு அமைகிறது.
1918	நடாஷா அலிலுயேவாவை (Nadezhda Alliluyeva) திருமணம் செய்து கொள்கிறார்.
	முதல் உலகப்போர் முடிவுக்கு வருகிறது.
1918–1920	ரஷ்யாவில் கொந்தளிப்பு. ஸ்டாலினின் தலைமையில் கிளர்ச்சிகள் அடக்கப்படுகின்றன.
1921	ஸ்டாலினின் இரண்டாவது குழந்தை வாசிலியின் (Vasily) பிறப்பு.
1922	சோவியத் ரஷ்யா (Union of Soviet Socialist Republics) உருவாகிறது. பொதுச் செயலாளராக ஸ்டாலின் தேர்ந் தெடுக்கப்படுகிறார்.
1924	லெனின் மரணம்.
1924–25	ட்ராட்ஸ்கியின் கொள்கைகளை ஸ்டாலின் பகி ரங்கமாக எதிர்க்கிறார்.
1926	ஸ்டாலினின் மூன்றாவது குழந்தை ஸ்வெத்லானாவின் பிறப்பு.
1927	முதல் ஐந்தாண்டுத் திட்டம் அறிமுகம்.

காமனேவும் ஜிநோவியேவும் கட்சியிலிருந்து வெளியேற்றம்.

1931–1932 சோவியத் முழுவதும் பஞ்சம்.

1934 கிரோவ் படுகொலை.

1939 இரண்டாம் உலகப் போர் தொடக்கம்.

1940 மெக்ஸிகோவில் ட்ராட்ஸ்கி கொலை.

1941 ஜூன் 21, சோவியத் மீது ஹிட்லர் முற்றுகை

1942–1943 ஸ்டாலின் கிராட் சண்டை. ஜெர்மனி தோற்றுப் போகிறது.

நவம்பர் மாதம் ஸ்டாலின் ரூஸ்வெல்ட்டையும் சர்ச்சிலையும் சந்திக்கிறார்.

1945 ஹிட்லர் தற்கொலை செய்துகொள்கிறார். உலக யுத்தம் முடிவுக்கு வருகிறது.

1949 ஸ்டாலினின் எழுபதாவது பிறந்த நாள்.

1953 மார்ச் 5, 1953 அன்று ஸ்டாலின் மரணம்.

பின்னிணைப்பு - 2

நூல்கள்

1. The Stalin Era, Anna Louise Strong, Mainstream Publishers

2. Stalin, Leon Trotsky, Panther History

3. Lenin : A Biography, Progress Publishers

4. Conversations With Stalin, Milovan Djilas, Harvest/HBJ Book

5. Twenty Letters to a Friend, Svetlana Alliluyeva, Harpercollins

6. Only one year, Svetlana Alliluyeva, HarperCollins

7. The Sword and the Shield: The Mitrokhin Archive and the Secret History of the KGB, Christopher Andrew, Vasili Mitrokhin, Basic Books

8. Mitrokhin, Vasili; Christopher Andrew (2000). The Mitrokhin Archive: The KGB in Europe and the West. Gardners Books

9. Hitler and Stalin : Parallel Lives, Bullock Alan, Fontana Press

10. On Lenin, Leon Trotsky, Panther History

11. Can the Bolsheviks Retain State Power, Lenin, Progress

12. Critical Remarks on the National Question, Lenin, Progress

13. Hitler Versus Stalin, The Second World War on the Eastern Front in Progress, Professor John & Ljubica Erickson, Carlton Books

14. The Political Economy of Stalinism, Evidence from the Soviet Secret Archives, Paul R. Gregory, Cambridge University Press

15. *வரலாற்று நோக்கில் ஜோசப் ஸ்டாலின்: வாழ்வும் காலமும்,* எம்.ஆர். அப்பன், தமிழில்: மயிலை பாலு, அலைகள்

16. *கே.ஜி.பி.: அடி அல்லது அழி,* என். சொக்கன், கிழக்கு பதிப்பகம்

17. தாராளவாதமும் அதற்கு எதிராக மார்க்சியமும், புதிய ஜனநாயகம்

18. ஸ்டாலின் தேர்தல் உரைகள், புதிய ஜனநாயகம்

19. லெனினுக்கு மரணமில்லை, மரியா பிரிவெழாயெலா, அலைகள்

20. மாஸ்கோச் சண்டை, ராதுகா பதிப்பகம்

21. லெனின்கிராடுக்கு பாதுகாப்பு, ராதுகா பதிப்பகம்

இணையத் தளங்கள்

FBI records relating to Trotsky's murder

http://foia.fbi.gov/foiaindex/trotsky.htm

'Ice-pick that killed Trotsky' found in Mexico

http://www.guardian.co.uk/russia/article/0,2763,1507575,00.html

Lenin and Trotsky - What they really stood for, Alan Woods and Ted Grant

http://www.marxist.com/LeninAndTrotsky/

Forty Years Since Leon Trotsky's Assassination, Lyn Walsh

http://www.marxist.net/trotsky/life/life.htm

Crimes of Soviet Communists

http://www.angelfire.com/de/Cerskus/english/saitai.html

Special Report To The 20th Congress Of The Communist Party Of The Soviet Union - Krushchev's Secret Speech

http://www.ebbemunk.dk/stalin/krushchev1.html

Joseph Stalin, Collected Works, Digital Reprints

http://www.marx2mao.com/PDFs/PDF_Search.html

History of the Communist Party of the Soviet Union

http://www.marx2mao.com/PDFs/HCPSU39.pdf